முசோலினி

வேணுசீனிவாசன்
(தமிழ்வளர்ச்சித் துறையின் சிறந்த நூலாசிரியர் விருது பெற்றவர்)

விஜயா பதிப்பகம்
20, ராஜ வீதி,
கோயம்புத்தூர் - 641 001.
www.vijayapathippagam.com

முசோலினி
Musolini

வேணுசீனிவாசன்

இரண்டாம் பதிப்பு : 2023

விஜயா பதிப்பகம்

20, ராஜ வீதி, கோயம்புத்தூர் - 641 001.

📞 0422 - 2382614 / 📱 90470 87053

vijayapathippagam2007@gmail.com

ஒளியச்சு / புத்தக வடிவமைப்பு : ஐரிஸ் கிராபிக்ஸ், கோவை.

அட்டை வடிவமைப்பு : மௌஸ் பாய்ண்ட், சென்னை.

அச்சாக்கம் : பி.வி.கிராபிக்ஸ், கோவை.

ISBN - 81-8446-717-6 / பக்கங்கள் : 160 / விலை : ரூ. 150/-

முன்னுரை

முசோலினி என்ற பெயரைக் கேட்டாலே ஒரு காலத்தில் உலக நாடுகளும், பெரிய அரசியல் தலைவர்களும் நடுங்கினர். இத்தாலியின் பெயராலும், பாசிசத்தின் பெயராலும் முசோலினி செய்த கொலைகள் கொஞ்ச நஞ்சமல்ல. இத்தாலி, முசோலினி, பாசிசம் என்ற பெயர்களே பலருக்கு பயங்கரமான பேய்க் கனவாக இருந்து பீதி அடைய வைத்தது. பலபேருடைய இரத்தக்கொதிப்பை கணிசமாக உயர்த்தியது. உலகமகா கொடுங்கோலரில் முதலாவது இடத்தைப் பிடிக்க போட்டியிட்ட ஹிட்லரே, இவருக்கு சீடராக இருந்துதான் தனது வெறியாட்டங்களை நடத்தி இருக்கிறார். அப்படியென்றால் இந்த ராட்சதன் எத்தனை வலிமையானவன், கொடூரமானவன் என்பது சொல்லாமலே விளங்கும். சிஷ்யனே அப்படி என்றால் குருவைப் பற்றிக் கேட்கவா வேண்டும்?

இரண்டாம் உலகப் போரின் கதாநாயகனாகவும், வில்லனாகவும் இருந்தவர் ஹிட்லர். முதலில் நடுநிலை வகித்த முசோலினி தனது நாடு பிடிக்கும் ஆசையில் ஹிட்லருடன் கூட்டுச் சேர்ந்து இரண்டாம் உலகப்போருக்குள் நுழைந்தார். ஹிட்லருடன் சேர்ந்து அவர் செய்த அராஜகங்கள், படுகொலைகள் கொஞ்சநஞ்சம் அல்ல. யாருமே எதிர்பார்க்காத அளவிற்கு மனித குலம் சித்ரவதைகளை அனுபவித்தது அவருடைய காலகட்டத்தில்தான். அவைகளை தனது இலட்சியமாக்கி வழிநடத்திச் சென்றவர் ஹிட்லர். இவர்களுடைய காலத்தில்தான் மனிதநேயம் எந்த நூற்றாண்டிலும் இல்லாத அளவுக்கு குழி தோண்டிப் புதைக்கப்பட்டது.

இரண்டாம் உலகப் போரில் முசோலினி தனக்கு அதிக ஆதாயங்களை எதிர்பார்த்தார். ஆனாலும் அவர் எதிர்பார்த்துச் சென்று பெற்றதை விட தனது கையிருப்புக்களை இழந்ததே அதிகம். இது எந்த அளவிற்கு சென்றது என்றால் அவர் இத்தாலியின் தலைவர் பதவியில் இருந்து ஒரு இரவுக்குள் நீக்கப்பட்டு சிறையில் அடைக்கப் பட்டதுவரை. இந்த மோசமான ஆரம்பமே அவரது முடிவுக்கும் காரணமாக அமைந்தது.

அவர் ஆரம்ப காலங்களில் யூதர்களைக் கண்டு கொள்ளவே யில்லை, சொல்லப்போனால் யூதர்களை ஹிட்லர் கண்மூடித்தனமாக கொன்று குவிப்பதை அவர் விரும்பவேயில்லை. ஆரம்பத்தில் அவர் இத்தாலியின் முன்னேற்றத்திற்காக உழைத்தார் என்பது நம்ப முடியாத உண்மை. அவர் ஏற்படுத்திய திட்டங்களில் பல அரை வேக்காட்டுத்தனமாக இருந்ததால் எதிர்பார்த்த பலன்களை அளிக்காததோடு,மோசமான பின்விளைவுகளையும் ஏற்படுத்தின.

தரையில் உட்கார்ந்து புழுக்களைக் கொத்தித்தின்னும் குருவி அடுத்த நொடியில் ஜிவ்வென்று பறந்து மரக்கிளைக்குத் தாவுவதைப் போல முசோலினியின் வாழ்க்கை நிகழ்வுகள் ஒரு பரபரப்பையும், நெருக்கடியையும் கொண்டதாக இருக்கின்றன. ஒரு நாளில் இத்தாலியப் பிரதமராக பதவி உயர்வு, மற்றொரு தினத்தில் பதவி பறி போக சிறைவாழ்வு என்ற ரீதியில் அவரது வாழ்க்கைச் சக்கரம் கடுமையான ஏற்றத்தாழ்வுகளை சந்தித்துள்ளது. அவரது வாழ்க்கை திடீர் திருப்பங் களையும், திடுக்கிடும் கொலைகளையும், கொண்டதாக இருந்து ஒரு நாவலை படிப்பதைப் போன்ற உணர்ச்சியை நமக்கு ஏற்படுத்துகிறது.

இதில் ஆச்சரியம் என்னவென்றால் இத்தாலிய மக்கள் அவரை அளவுக்கு அதிகமாகவே ஒரு காலத்தில் நம்பி இருக்கிறார்கள். இவர் இத்தாலியின் கடவுள் என்ற நிலையில் போற்றி இருக்கிறார்கள், பழைய பெருமையை மீட்டுத்தருவார் என்ற நம்பிக்கையோடு அவரை ஏற்றுக் கொண்டாடி இருக்கிறார்கள்.

பாம்பு எத்தனை அழகாக இருந்தால் என்ன அதனிடம் இருப்பது உயிர்களைக் கொல்லும் அபாயமான விஷம் தானே? அதுபோலவே ஒரு சில நல்ல குணங்களைத் தவிர முசோலினியிடம் அளவுக்கு அதிகமான மூர்க்கமும், முரட்டுப் பிடிவாதமும், சுயநலமும் மட்டுமே குடிகொண்டிருந்தன. ஹிட்லருடன் அவர் கொண்ட கூடா நட்பு ஏராளமான யூதர்களின் உயிரைப் பறித்தது, அதோடு அவர் கோரமாக கொலைசெய்யப்படுவதற்கும் காரணமாக அமைந்தது.

சூழ்நிலையின் கைதியாக இருந்தே அவர் செயல்பட்டு இருக்கிறார் என்று சிலர் சொல்லலாம். ஆனால் அவர் உலகம் உள்ள வரைக்கும் மக்களாலும் சரித்திரத்தாலும் வெறுக்கப்படக்கூடிய சர்வாதிகாரி என்பதில் சந்தேகமேயில்லை. அதைத்தான் மக்கள் அவருக்குக் கொடுத்த கோரமான முடிவு இன்றும் சொல்லிக் கொண்டிருக்கிறது.

இந்தப் புத்தகத்தை எழுதுவதற்கு வாய்ப்பளித்த விஜயா பதிப்பக உரிமையாளர் திருமிகு சிதம்பரம் அவர்களுக்கு மிகுந்த நன்றியைத் தெரிவித்துக் கொள்கிறேன். சேகுவாரா பற்றியும், ஹிட்லர் குறித்தும் விஜயா பதிப்பகம் வெளியிட்ட நான் எழுதிய புத்தகங்களைப் படித்து விட்டு பாராட்டிய பல வாசக நண்பர்களுக்கு என் மனமார்ந்த நன்றி. அவர்கள் கொடுத்த ஊக்கத்தின் காரணமாகவே நான் முசோலினி குறித்த இந்த நூலையும் எழுதி இருக்கிறேன்.

ஒரு நாள் ஈரோட்டில் இருந்து ஒரு சகோதரி தொடர்பு கொண்டார். ஐயா நான் உங்களை நேரில் சந்தித்து நன்றி தெரிவிக்க விரும்புகிறேன் என்றார்.

என்னுடைய எந்தப் புத்தகம் படித்தீர்கள்? என்று கேட்டேன்.

நீங்கள் எழுதிய ஹிட்லர் நூலை படித்துவிட்டுத்தான் பேசுகிறேன்.

ஹிட்லரா?

எனது ஆன்மீகப் புத்தகங்களைப் படித்துவிட்டு ஏராளமான பேர் பாராட்டுவது வழக்கம். ஆனால் முதல் முதலாக ஒரு பெண் ஹிட்லரைப் படித்துவிட்டு பாராட்டுவது எனக்கு ஆச்சரியமாக இருந்தது. சரி மேலே சொல்லுங்கள் என்றேன்.

ஐயா, எனக்கு இரண்டு மகன்கள், பள்ளியில் படிக்கிறார்கள், நான் ஆசிரியையாக ஒரு தனியார் பள்ளியில் வேலை பார்க்கிறேன். எனது வீட்டுக்காரருக்கு குடிப்பழக்கம் உண்டு. தினமும் அவர் குடித்து விட்டு வந்து பிள்ளைகளை அடிப்பார், உதைப்பார். நான் இரண்டு நாட்களுக்கு முன்னால் உங்களது புத்தகத்தை வாங்கினேன். படித்தேன். அதில் ஹிட்லர் பிற்காலத்தில் கொடுங்கோலனாக மாறியதற்கு அவனுடைய அப்பாதான் முக்கியகாரணம் என்று எழுதியிருந்தீர்கள். அந்தப் புத்தகத்தை நான் எனது வீட்டுக்காரரிடம் கொடுத்து படிக்கச் சொன்னேன்.

ஐயா அவர் மாறிவிட்டார், குடிப்பதை நிறுத்தவில்லை. ஆனால், பிள்ளைகளை அடிப்பதை நிறுத்திவிட்டார். எங்கள் பிள்ளைகளின் எதிர்காலத்தை நல்லதாக மாற்றி அமைக்க உங்கள் எழுத்து பயன்பட்டுள்ளது என்று தெரிவித்தார். இது போன்ற வாசகர்களின் பாராட்டுதல்களே எத்தனையோ சிரமங்களுக்கு இடையே ஒரு எழுத்தாளனை எழுத வைக்கின்றன, பதிப்பாளர்களை வெளியிட வைக்கின்றன. அந்த சகோதரிக்கு எனது நன்றிகளைத் தெரிவித்துக் கொள்கிறேன்.

ஒரு நெகடிவ் ஹீரோவான ஹிட்லரைப் படித்து விட்டு ஒரு குடும்பத் தலைவிக்கு நிம்மதியும், பிள்ளைகளுக்கு விடிவுகாலமும் ஏற்பட்டுள்ளது என்பதை நினைக்கும் போது எனக்கு மகிழ்ச்சியாக இருக்கிறது. அந்த வகையில் தான் இப்போது முசோலினியையும் உங்கள் கைகளில் உலவ விட்டிருக்கிறோம்.

எனது புத்தகங்களை வெளியிட்டுவரும் விஜயா பதிப்பக உரிமையாளர் ஐயா வேலாயுதனார் அவர்களுக்கும், அவரது அருமைத் திருக்குமாரர் சிதம்பரனார் அவர்களுக்கும் என் மனம் கலந்த நன்றிகள். திரு. சிதம்பரம் அவர்களின் தூண்டுதலின் காரணமாகவே மிக நல்ல புத்தகங்களை நான் எழுதி வருகிறேன்.

அவ்வாறு நான் எழுதிய சுற்றுச்சூழல் பற்றிய சுற்றுச்சூழல் மாசு - விளைவுகளும் விழிப்புணர்வும் என்ற நூலுக்கு 2011ம் ஆண்டிற்கான சிறந்த நூலாசிரியர் விருதினை தமிழ்வளர்ச்சித்துறை எனக்கு கொடுத்து கவுரவித்ததை நன்றியோடு நினைவு கொள்கிறேன்.

ஏற்கெனவே எனது பல புத்தகங்களை, குறிப்பாக இதற்கு முன்னால் வெளிவந்த அலெக்சாண்டர், மற்றும் பாசுரம் படிக்கலாம் வாங்க ஆகிய புத்தகங்களை மிக நல்ல முறையில் அச்சுவாகனம் ஏற்றி அலங்கரித்த ஐரிஸ் கிராபிக்ஸ்க்கு என் நன்றி.

கணிப்பொறியில் ஏற்படும் தடங்கல்களை சரிசெய்வதோடு, தேவையான அனைத்து உதவிகளையும் செய்து தரும் எனது மகன் குமார விஜயனுக்கும், மருமகள் ப்ரியாவுக்கும், நான் புத்தகங்கள் எழுதுவதற்கான அமைதியான சூழலை குடும்பத்தில் அமைத்துக் கொடுக்கும் எனது மனைவி ராஜேஸ்வரிக்கும் எனது மனமார்ந்த நன்றியைத் தெரிவித்துக் கொள்கிறேன். வாசகர்கள் அனைவருக்கும் என் அன்பு.

அன்புடன்

வேணுசீனிவாசன்

கைபேசி 94443 82583

vennusrinivasan@gmail.com

நூலின் உள்ளே

1.	உரசிச் சென்ற குண்டு	9
2.	திருப்பித் தாக்கு	16
3.	அப்பாவே எனது ஹீரோ	23
4.	சுவிட்சர்லாந்துப் பயணம்	30
5.	சேவையும் காதலும்	37
6.	அவந்தியின் ஆசிரியர்	42
7.	பேனாவேண்டாம் துப்பாக்கியே துணை	49
8.	ஓ இது தான் பாசிசமா?	55
9.	பிறந்தது புதுக்கட்சி	63
10.	முதல் வெற்றியில் - பிரதமர் பதவி	67
11.	எங்கும் முசோலினி எதிலும் முசோலினி	73
12.	இல் டூ ச்சே - நாட்டின் தலைவர்	77
13.	இனப்பெருக்க சக்தியே நாட்டின் வலிமை	86
14.	லிராவுக்கான போராட்டம்	91
15.	ஹிட்லரும் முசோலினியும்	99
16.	எனக்கு வேண்டும் எத்தியோப்பியா	104
17.	மியூனிச் ஒப்பந்தம்	111

18.	முசோலினி செய்த இமாலயத் தவறு	115
19.	இத்தாலியை நசுக்கு	125
20.	அவரா சொன்னார்?	130
21.	தனிமைச் சிறையில் முசோலினி	136
22.	மீண்டும் சான்சலர்	142
23.	முசோலினிக்கு ஏற்பட்ட கோரமுடிவு	152
24.	வாழ்க்கைக் குறிப்புக்கள்	158

1

உரசிச் சென்ற குண்டு

அந்த நாள் சற்று பதட்டமாகத்தான் இருந்தது. ஒரு சில மாதங்களாகவே சிறிதும் பெரிதுமாக கலவரங்கள், போராட்டங்கள் வெடித்துக் கொண்டிருந்தன.

தங்கள் வாகனத்தை நிறுத்தும் புரட்சிக்குழுவினரை மாறு வேடத்தில் இருந்த முசோலினி பீதியோடு பார்த்தார்.

அவர்கள் முசோலினி மற்றும் க்ளாராவை வண்டியில் இருந்து இறக்கி பாதையின் நடுவே நிற்க வைத்தனர். அவர்களது முகத்தில் ஆவேசமும், கோபமும் எரிமலைக் குழம்பாகப் பீறிட்டது.

கைகள் ஆயுதங்களை இறுக்கமாகப் பிடித்திருந்தன.

அதைக்கண்டு முசோலினி நடுங்கினார்.

என்ன ஒண்ணும் செய்யாதீங்க அவரது குரல் நடுங்கியது.

ஒருவன் முசோலினியின் கன்னத்தில் அடித்தான்.

அவரை அடிக்காதீங்க என்று கத்தினாள் க்ளாரா.

அவளுக்கும் ஒரு உதை விழுந்தது.

இவனை நேசநாட்டுப்படையிடம் ஒப்படைத்து விடுவோம் என்றான் ஒருவன்.

கூடவே கூடாது. இந்த துரோகியையும் இவன் குடும்பத்தையும் நாமே கொல்லவேண்டும். அது தான் இவனுக்கு சரியான தண்டனை என்றான் ஒருவன்.

நேரம் ஆக ஆக கூட்டம் அதிகமாகியது. புரட்சி இயக்கத்தினர் மட்டும் இல்லாமல் பொதுமக்களும் கூட முசோலினியைக் கொல்வதிலேயே ஆர்வமாக இருந்தனர்.

அவரை விட்டுவிடுங்கள், அவர் எங்காவது தப்பிச் செல்லட்டும் என்னை சுட்டுக் கொல்லுங்கள் உங்கள் ஆத்திரத்தை தீர்த்துக் கொள்ளுங்கள் என்று க்ளாரா கதறினாள்.

முசோலினிக்கு மனைவியின் பரிவைக் கண்டு மனம் உருகியது, கண்களில் கண்ணீர் வழிந்தது.

அவர் தன்னை விட்டுவிடுமாறு கெஞ்சினார், புரட்சிப் படையினர் அவரை அடித்து தரையில் முட்டிபோட்டு மண்டியிடச் செய்தனர்.

அவரை இங்கேயே சுட்டுவிடலாமா? அல்லது வேறு எங்காவது கொண்டு சென்று தீர்த்துக் கட்டலாமா என்று இளைஞர்கள் அவரது எதிரிலேயே விவாதம் செய்தனர்.

நான் ஒரு பெண் கருணை காட்டக்கூடாதா என்று ஒரு இளைஞனின் கால்களைப் பிடித்துக் கொண்டு கதறினார் க்ளாரா.

என் இருபது வயது தங்கையை கருஞ்சட்டை ராணுவத்தினர் பலபேர் முன்னால் மானபங்கம் செய்து கொன்றார்களே அதை ஏன் தடுக்கவில்லை. அப்போதும் நீ பெண்ணாகத்தானே இருந்தாய் என்று கத்தினான் அவன்.

லிபியாவில் எனது குடும்பத்தினரை அறைக்குள் அடைத்து விஷவாயு திறந்து விட்டு கொன்றானே இந்தப் பாவி. அதற்குப் பழிவாங்காமல் விடமாட்டேன் என்று ஆத்திரத்தோடு கத்திய ஒரு இளைஞன் தனது துப்பாக்கியை சரேல் என்று எடுத்து முசோலினியின் நெற்றியில் வைத்தான்.

அடடா... நாம் இதற்குள் முசோலினியின் கடைசி அத்தியாயத்திற்கு வந்து விட்டோமே!

அவர் இத்தனை கொடூரமான முறையில் நடத்தப்படுவதற்கு கடந்த காலத்தில் என்ன செய்தார்? என்பதை அறிந்து கொள்ள வேண்டாமா?

வாருங்கள் உலகையே ஆட்டிப்படைத்த கொடுங்கோலர் வரிசையில் தனக்கும் இடம் பிடித்துக் கொண்ட பாசிசத்தின் தந்தையான முசோலினியின் விறுவிறுப்பான வாழ்க்கைக்குள் நுழைந்து பார்க்கலாம்.

காவல் நிலையத்தின் உள்ளே

உன் பெயர் என்ன?

வைலட் கிப்சன்

நாடு

அயர்லாந்து

எந்த தீவிரவாத கும்பலைச் சேர்ந்தவள் நீ?

நான் தனியாள், எந்த தீவிரவாத கூட்டத்தையும் சேராதவள்.

பொய் என்ற காவல்துறை அதிகாரி அவளது மார்பில் தனது பூட்ஸ் காலினால் எட்டி உதைத்தான்.

காவல்துறையினர் அந்தப் பெண்ணை தீவிரமாக விசாரித்துக் கொண்டிருந்தனர். அவளுக்கு 30 வயதிற்குள் இருக்கலாம். அவளது ஆடைகள் கிழிந்திருந்தன. அலங்கோலமான நிலையில் காணப்பட்டாள், அவளது வாயில் இருந்து ரத்தம் வழிந்தது, முகம் வீங்கியிருந்தது.

இரண்டு துப்பாக்கி முனைகள் அவளது தலையைக் குறிபார்த்தன.

இத்தகைய கொடூரமான காவல்துறையின் கவனிப்பிற்கு அவள் என்ன குற்றம் செய்தாள் என்று கேட்கத் தோன்றுகிறது அல்லவா?

ஆம் அவள் முசோலினியைக் கொல்வதற்கு சற்று முன்னர் தான் துப்பாக்கியை பயன்படுத்தியிருந்தாள்.

அரை மணி நேரத்திற்கு முன்னால் நடந்தது என்ன? தெரிந்து கொள்வோம். அது ஒரு பொன்மாலைப் பொழுது. அன்று தான் முதன் முதலாக முசோலினிக்கு எதிரிகள் இருக்கிறார்கள் என்பதையும், அவர்கள் கொலை செய்யத் துணிந்து விட்டார்கள் என்பதையும் அவரே அறிந்து கொண்டார்.

உலகமகா கொடுங்கோலர்கள்

மனிதர்களாகப் பிறக்கும் அத்தனை பேருமே நல்லவர்களாக வாழ்வதில்லை. அவ்வையார் சொல்வதைப் போல மானிடராகப் பிறப்பெடுத்தல் மிக அரிது. அதிலும் கூட கூன் குருடு செவிடு

ஊமை என்ற குறைபாடுகள் இல்லாமல் முழு மனிதனாகப் பிறப்பது அருமையிலும் அருமை. இப்படிக்கிடைத்த மனிதப் பிறவியை நமக்கும், பிறருக்கும் பயனுள்ளதாக கழிக்க வேண்டும் என்பதே இறைவனின் விருப்பம்.

சிலர் இறைவனின் விருப்பத்தை காற்றில் பறக்கவிட்டு, தங்கள் மனம் போன போக்கில் வாழ்ந்து விடுகிறார்கள். கொடூர எண்ணம் கொண்டு மனித குலத்தை தங்கள் ஆதிக்கத்தினால் ஆட்டிப் படைக்கிறார்கள். அதனால் அவர்கள் அனுபவிக்கும் மனத்தாங்கல்கள், சித்ரவதைகள் அதிகம். விஷயம் இதோடு முடிவதில்லை, இப்படிப் பட்ட கொடுங்கோலர்களின் ஆட்சியினால் அந்த நாட்டு மக்களும், பிறநாட்டவர்களும் அனுபவிக்கும் சித்ரவதைகள் சொல்லி முடியாது.

புராண காலத்தில் அசுரர்கள் இருந்தார்கள் என்றும் அவர்கள் மக்களையும், தேவர்களையும் கொடுமைப் படுத்தி சிறையில் அடைத்து துன்புறுத்தினார்கள் என்றும் படிக்கிறோம். கலிகாலத்தில் அத்தகைய அசுரர்கள் இல்லை. ஆனால் அவர்களுக்கு சற்றும் குறையாத கொடூர மனம் கொண்ட கொடுங்கோலர்கள், சர்வாதிகாரிகள், மக்களை பூச்சிகளாக எண்ணி கொத்துக் கொத்தாக கொலைசெய்யும் பாதகர்கள் இருந்திருக்கிறார்கள் என்பதை சரித்திரம் நமக்குச் சொல்கிறது.

தாங்கள் வைத்ததே சட்டம், அதற்கு எதிரானவர்கள், அதை ஏற்காதவர்கள், இந்தப் பூமியில் இருப்பதற்கே தகுதி அற்றவர்கள் என்பது அந்த கொடுங்கோலர்களின் எண்ணம். இந்த சுயநல எண்ணத்தினால் அவர்கள் மக்களை உயிரும் உடலும் கொண்ட மனிதர்களாக எண்ணாமல், ஏதோ குளத்தில் வாழும் மீன்களாக எண்ணி வலைபோட்டு பிடித்தனர். தங்கள் அதிகாரத்தை நிலைநாட்ட சித்ரவதை செய்து கொலை செய்தனர். இதன் மூலமாக அவர்கள் மனிதர்களை மட்டும் இல்லாமல் தேசத்தின் மனசாட்சியையும் தூக்கில் ஏற்றினர்.

அவர்கள் ஆடிய ஆட்டம் கடைசிவரையில் நடந்ததா? அது தான் இல்லை. ஆரம்பம் என்று ஒன்று இருந்தால் முடிவு என்ற ஒன்றும் இருக்க வேண்டுமே. அப்படிப்பட்ட முடிவு அவர்களுடைய ஆட்சிக்கும், கொடுங்கோன்மைக்கும், சர்வாதிகாரத்திற்கும் வந்தது. மக்கள் புரட்சி செய்தனர், அவர்களை எதிர்த்தனர், வாய்ப்பு கிடைத்த போதெல்லாம் அவர்களை கொலை செய்ய திட்டம் தீட்டினர். இறுதியில் ஒரு நாள் அந்தக் கொடுங்கோலர்கள் மக்கள் ஆத்திரத்திற்கும், கோபத்திற்கும் பலியாகி உயிர் துறந்தனர்.

தங்களை ஆட்டிப்படைத்த தீயசக்தி இடம் பெற்றிருந்த உடலில் இருந்து உயிர் பிரிந்த பிறகும் கூட ஆத்திரம் தணியாத மக்கள் அந்த உயிரற்ற உடலை எத்தனை கேவலப்படுத்த வேண்டுமோ அத்தனை விதமாக அவமானப்படுத்தி தங்கள் ஆத்திரத்தை தீர்த்துக் கொண்டனர் என்பதை சிலருடைய வாழ்க்கையில் இருந்து அறிய முடிகிறது.

அப்படிப்பட்ட கொடுங்கோலர்களில் ஒருவர் தான் முசோலினி.

உயிர் காத்த இசை

அன்று 1926ம் வருடம் ஏப்ரல் மாதம் 7 ம் நாள். இத்தாலியின் தலைநகரமான ரோம் விழாக்கோலம் பூண்டிருந்தது. பாதுகாப்பு ஏற்பாடுகள் பலமாக இருந்தன. திரும்பிய இடத்தில் எல்லாம் காவல்துறை வாகனங்கள் நின்றன. தெருவில் போவோர் வருவோரை எல்லாம் சந்தேகக் கண்களோடு பார்த்தனர். என்ன காரணம்?

அன்று நவீனமருத்துவத்தின் பயன் குறித்த கருத்தரங்கு நடக்கிறது.

அதற்காகவா இத்தனை காவலும் பாதுகாப்பும்.

நிச்சயமாக இல்லை. பின் எதற்காக?

அங்கு தலைமை உரையாற்ற வருகிறார் இத்தாலியப் பிரதமர் பெனிட்டோ முசோலினி.

அதனால் தான் விளம்பரம் முதல் பாதுகாப்பு வரையில் மிகவும் பிரம்மாண்டமான முறையில் ஏற்பாடு செய்யப்பட்டுள்ளன.

அவருக்கு மருத்துவமோ நவீனமோ எதுவும் தெரியாது. அதனால் என்ன? அவர் இத்தாலியின் பிரதமர். அவர் என்ன பேசினாலும் பட்டம் பெற்ற மருத்துவர்கள் புன்சிரிப்போடு தலையாட்டப் போகிறார்கள்.

வந்தார், மைக் முன்னால் நின்றார், வழக்கமாக எல்லா அரசியல் தலைவர்களும் சொல்லுகின்ற சகோதரத்துவம், நாட்டு முன்னேற்றம் ஆகியவற்றைப் பற்றி இரண்டொரு வார்த்தைகள் பொதுவாகப் பேசினார். மருத்துவர்களைப் புகழ்ந்தார், பேச்சை முடித்துக் கொண்டார். எல்லோரும் கைதட்டி பாராட்டினார்கள், அவர் பேசியதை மக்கள் அவ்வளவாக ரசிக்கவில்லை. அவரை வேடிக்கைப் பார்ப்பதற்கே அந்தக் கூட்டம். அது அவருக்குத் தெரியுமா?

அவர் பரபரப்பாக கை அசைத்து விடை பெற்றார்.

அவரை ஏற்றிச் செல்வதற்கான வாகனம் காத்திருந்தது. அதை நோக்கி நடந்தார். அப்போது அவரது பாசிசக் கொள்கையின் விளக்கப் பாடல் ஒன்றை இசைக்குழுவினர் வாசித்தனர்.

இசையில் அவருக்கு ஆர்வம் உண்டு, பாரதத்தில் இருந்து வந்த மிகப் பெரிய இசைக் கலைஞரை அவர் எத்தனை மதித்துப் போற்றி பெருமைப்படுத்தினார் என்பதை விரிவாக நாம் வேறொரு இடத்தில் பார்க்கப் போகிறோம்.

இசைக்குழுவினர் வாசித்த அந்தப் பாடல் அவருக்கு மிகவும் பிடித்தமானது. ஆகவே இசைக்குழுவினரை நோக்கி தன் முகத்தை திருப்பினார்.

விஷ்க்... என்ற ஒலியோடு துப்பாக்கிக்குண்டு ஒன்று அவரது மூக்கை உரசிக் கொண்டு சென்றது. அவரது தலைக்கு குறி வைக்கப்பட்ட குண்டு முகத்தை திருப்பியதன் காரணமாக மூக்கை உரசி ரத்த காயத்தை ஏற்படுத்திவிட்டு உயிரை எடுக்காமல் விட்டுச் சென்றது.

இசை பல தீராத நோய்களைத் தீர்த்து வைக்கும் என்று படித்திருக்கிறோம், கேட்டிருக்கிறோம். இசை சில நல்ல உள்ளங்களின் உயிரை நீண்ட காலம் வாழ வைக்கும் என்பதையும் பார்த்திருக்கிறோம். அப்படிப்பட்ட இசை இங்கே முசோலினியின் உயிரையும் காப்பாற்றி விட்டது. ஆம் இசையால் அவரது மரண நாள் தள்ளிப் போனது.

தடுமாறி விழப்போன அவரை ஒரு மெய்க்காப்பாளர் பிடித்துக் கொண்டார். மிகவும் எச்சரிக்கையோடு அவர் வேனில் ஏற்றப்பட்டார்.

யார் அவரை குறிபார்த்து சுட்டது?

ஒரு பெண். சில அடி தொலைவில் மக்களோடு மக்களாக நின்றிருந்த அந்தப் பெண் தனது கைத்துப்பாக்கியினால் முசோலினியை சுட்டிருக்கிறாள்.

சில விநாடிகள் அதிர்ச்சியில் உறைந்து போன மக்கள், சுயநிலைக்கு வந்து அந்தப் பெண்ணை வெளுத்து வாங்கினர்.

ஆளுக்கு ஒரு தர்மஅடி கொடுத்ததில் அவளது முகமும் வாயும் வீங்கிப் போனது, உடைகள் கிழிந்தன.

செத்துப் போய்விடப் போகிறாள் விலகு விலகு என்று குரல் கொடுத்துக் கொண்டு வந்தது காவல்துறை. அவளை பக்குவமாக தாங்களே துரத்திப் பிடித்ததாக குறிப்பு எழுதிவிட்டு, காவல் நிலையத்துக்கு இழுத்துச் சென்றது.

நாம் மேலே பார்த்தது விசாரணைப்படலத்தின் ஆரம்பத்தைத் தான்.

விதியின் ஓவியங்கள்

முசோலினி கொலை செய்யப்படும் அளவிற்கு அத்தனை கொடுங்கோலரா?

இதில் ஆச்சரியம் என்னவென்றால் அவர் ஆட்சிக்கு வந்து அராஜகம் செய்து மக்களை கொத்துக் கொத்தாக கொல்வதற்கு முன்னாலேயே தான் இந்த கொலை முயற்சி நாடகம் அரங்கேறி இருக்கிறது. பின்னாளில் இவர் பயங்கரவாதத்தின் கையாளாக இருந்து உயிர்களை எமனுலகு அனுப்பப் போகிறார் என்பதை அறிந்து கொண்டு அதை தடுப்பதற்காகத் தான் வைலட் கிப்ஸன் அவரை துப்பாக்கியினால் சுட்டாளா? என்பது புரியவில்லை.

மனித வாழ்க்கை சுத்தமான வெள்ளைக் காகிதமாக இருப்பதில்லை. அப்படியே பார்வைக்குத் தெரிந்தாலும் அதில் கண்ணுக்குத் தெரியாத விதியின் ஓவியங்கள் வரையப்பட்டுள்ளன என்பதே உண்மை.

மேடுபள்ளங்கள் நிறைந்த பூமியைப் போலவே முசோலினியின் வாழ்க்கையும் தோல்விகளையும் திடீர் திருப்பங்களையும் நம்ப முடியாத தாக்குதல்களையும் ஆச்சர்யங்களையும் கொண்டதாக இருக்கிறது. அவை சாதாரண மேடுபள்ளங்கள் அல்ல, மலைக்கும் மடுவுக்கும் இருக்கின்ற அளவுகடந்த வித்தியாசங்களைக் கொண்டவை.

பெனிட்டோ முசோலினி என்று பயத்தோடும், நடுக்கத்தோடும் மக்களால் பிற்காலத்தில் உச்சரிக்கப்பட்ட அந்த பெயருக்கு உரியவரின் பிறப்பைப் பற்றித் தெரிந்து கொள்வோம்.

2

திருப்பித் தாக்கு

பகுத்தறிவுப் பட்டறை

பெனிட்டோவின் தந்தை அலெக்சாண்ட்ரோ முசோலினி. அவர் ஒரு கொல்லன் பட்டறை வைத்திருந்தார். இத்தாலியில் அப்போது மன்னராட்சி நடந்து வந்தது, அதை எதிர்த்தார், தனது கடைக்கு வருகிறவர்களிடம் மன்னராட்சியை முடிவுக்கு கொண்டு வந்து மக்களாட்சி மலரவேண்டும் அதுவே எனது இலட்சியம் என்று அரசியல் பேசுவார்.

இரும்பை அடித்து அடித்து கைகள் மட்டும் அல்ல இதயமும் கடினமான மனிதர் அவர். கடவுள் இல்லை, இல்லவே இல்லை என்று சத்தியம் செய்வார். அது மட்டும் அல்ல மதங்களின் மீதும் அவருக்கு மரியாதை கிடையாது, கத்தோலிக்க நடைமுறைகளை கடுமையாகச் சாடுவார். பணம் பிடுங்கும் கூட்டம் என்றும், மக்களை ஏமாற்றும் பேர்வழிகள் என்றும் கத்தோலிக்க திருச்சபையை மற்றும் அதைச் சார்ந்தவர்களை விமர்சனம் செய்வார்.

நாம் செய்த வேலைக்கு கூலி கிடைக்கிறது, அதை வைத்துக் கொண்டு இன்பமாக வாழவேண்டும். இதில் கடவுளுக்கு என்ன வேலை? கடவுள் பாரபட்சம் அற்றவர் என்றால் ஒருவர் பணக்காரராக இருப்பதும், மற்றொருவர் பிச்சை எடுத்து வாழ்நாளைக் கழிப்பதும் ஏன்? என்று மடக்குவார்.

பாவத்தின் சம்பளம் மரணம் என்றால் கடவுள் ஏன் மனிதனை பாவம் செய்யத் தூண்டுகிறார் என்று விதண்டா வாதம் செய்வார். இப்படியாக அவர் தனது பட்டறையை பகுத்தறிவுப் பாசறையாக மாற்றிக் கொண்டிருந்தார்.

முசோலினியின் பெற்றோர்

இதற்கு நேர் எதிரான குணாம்சங்கள் பொருந்தியவள் மால்தோனி. கடவுள் என்றால் அவளுக்கு உயிர் மூச்சு. அவள் நல்ல குடும்பத்திலிருந்து வந்தவள், ஒரு பள்ளியில் ஆசிரியையாக வேலைபார்த்து சொற்பமாக சம்பாதித்தாள்.

தந்தை அலெக்சாண்டிரோ

தாய் மால்தோனி

1883ம் ஆண்டு ஜூலை மாதம் 29ம் நாள்.

இத்தாலியில் உள்ள போர்லி மாகாணம். டோவியா டை பிரிட்பியோ என்ற வாயில் நுழையாத பெயர் கொண்ட கிராமம். அதில் உள்ள பெரிய வீடு. ஊர் அமைதியாக இருந்தது ஆனால் அந்த வீட்டில் உள்ளவர்கள் உச்சகட்ட பதட்டத்தில் இருந்தனர்.

பெண்ணின் அலறல் அந்த வீட்டுக்குள் இருந்து அடிக்கடி கேட்டது.

முதல் பிரசவம் கொஞ்சம் வலி அதிகமாகத்தான் தெரியும் என்றாள் மூதாட்டி.

அலெக்ஸ் பயப்படவேண்டாம், கடவுள் கைவிடமாட்டார் என்றார் ஒரு வயதானவர்.

இல்லாத கடவுளிடம் நான் கையேந்த விரும்பவில்லை, என் மனைவி நல்லபடியாக குழந்தையை பிரசவிப்பாள் என்ற நம்பிக்கை எனக்கு இருக்கிறது, முகத்தில் அடித்ததைப் போல பளீரென்று பதில் வந்தது அலெக்சாண்ட்ரோவிடம் இருந்து. காரணம் அவர் படு பயங்கரமான நாத்திகன்.

அவரது மனைவி மால்தோனிக்கு இது முதல் பிரசவம்.

அவருக்குத் தான் துளிக்கூட கடவுள் நம்பிக்கை கிடையாது ஆனால் மால்தோனி அப்படியல்ல. மிகவும் இறைநம்பிக்கை உள்ள குடும்பத்திலிருந்து வந்தவள், பைபிள், வழிபாடு என்று ஒவ்வொரு நாளும் பல மணிநேரங்கள் செலவிடுவாள்.

அடுத்த ஐந்து நிமிடத்தில் உள்ளேயிருந்து வந்த செவிலி ஒருத்தி,

ஐயா ஆண்குழந்தை பிறந்திருக்கிறது, நன்றாக இருக்கிறான், போய்ப் பாருங்கள் என்று தகவல் கொடுத்தாள்.

உள்ளே சென்று குழந்தையைப் பார்த்தார் அலெக்ஸ், குழந்தை கொழு கொழுவென்று இருந்தது.

மனைவியை அன்போடு பார்த்தார், குழந்தையை பூப்போல கையில் எடுத்தார்.

இவனுடைய பெயர் என்ன தெரியுமா?

சொன்னால் தானே தெரியும்? கணவனை கேள்வியோடு நோக்கினாள் மால்தோனி.

பெனிட்டோ

நல்ல பெயர்

பெனிட்டோ முசோலினி என்று முணுமுணுத்தது மால்தோனியின் உதடுகள்.

முசோலினி என்பது அவர்களது குடும்பப் பெயர்.

கடவுள் நம்பிக்கையோ மத நம்பிக்கையோ இல்லாத காரணத்தினால் பெனிட்டோவுக்கு ஞானஸ்நானம் போன்றவற்றை செய்ய அலெக்சாண்ட்ரோ அனுமதிக்கவில்லை.

அவர்கள் வசதிபடைத்தவர்கள் இல்லை. ஆகவே கணவனும், மனைவியும் சம்பாதிக்க வேண்டிய அவசியம் இருந்தது. அதற்கு குடும்பச் சூழ்நிலை மட்டும் காரணம் அல்ல. இத்தாலியின் அன்றைய பொருளாதார மற்றும் அரசியல் சூழ்நிலைகள் அப்படியிருந்தன.

ஏழைகளே நிரம்பி இருந்தனர், வேலை இல்லாத் திண்டாட்டம் தலைவிரித்து ஆடியது. மக்கள் வறுமையிலும், பஞ்சத்திலும் அவதிப்பட்டனர்.

பொருளாதார ரீதியாக மிகவும் பின்தங்கிப் போயிருந்தது அன்றைய இத்தாலி. காரணம், ஆஸ்திரியாவின் பிடியில் அது இருந்தது. அட்டை போல இத்தாலியின் பொருளாதாரத்தை ஆஸ்திரியா உறிஞ்சிக் கொண்டிருந்தது. மக்கள் விடுதலை தாகத்தோடு காத்திருந்தனர், யாராவது வந்து வழி காட்டமாட்டார்களா என்ற ஏக்கத்தில் ஒரு நல்ல தேவதூதனை எதிர்பார்த்திருந்தனர்.

தொழிற்சாலைகள் உற்பத்தி இல்லாமல் தூங்கி வழிந்தன, விவசாயம் மட்டுமே ஓரளவிற்கு கை கொடுத்தது, ஆனால் போதுமான கருவிகளின் உற்பத்தி இல்லாமல் அதுவும் நொண்டியது. போக்கு வரத்துக்கு வாகனங்களோ, பாதைகளோ அதிகம் இல்லை. எனவே வியாபாரம் நோஞ்சான் குழந்தையாக நடந்தது. இந்த நிலையில் தான் பெனிட்டோ பிறந்தான்.

ஒட்டு மொத்த இத்தாலியே வறுமையில் பிடியில் சிக்கி விழி பிதுங்கும் நேரத்தில் அலெக்சாண்ட்ரோவின் குடும்பம் மட்டும் எப்படி வசதியாக வாழ முடியும்? எனவே அன்றாட தேவைகளை சமாளிக்கவே பிரம்மபிரயத்தனம் செய்தனர். ஆனாலும் தங்களது குழந்தையான பெனிட்டோவை அவர்கள் முடிந்தவரையில் நன்றாகவே வளர்த்தனர்.

இளங்கன்று பயமறியாது

பள்ளி செல்லும் வயதில் வறுமை என்பது ஒரு பொருட்டாகவே தெரியாது. துள்ளித் திரியும் கன்றுக்குட்டிபோல அவன் திரிந்தான். அதுவும் சாதாரண கன்றுக்குட்டிஅல்ல, முரட்டுக் காளைபோலவே அவன் நடந்து கொண்டான்.

ஒரு நாள் பள்ளித்தலைமை ஆசிரியர், ஆள் அனுப்பி மால்தோனியை வரழைத்தார்.

பயந்து கொண்டே சென்ற அவளுக்கும் பேரதிர்ச்சி காத்திருந்தது.

ஒரு சிறுவன் ரத்தம் ஒழுக நின்றிருந்தான். அவன் சட்டையில் பாதிக்கு மேல் சிவப்பாகி இருந்தது. அதைப்பார்த்த உடனே அந்த தாயுள்ளம் பதைபதைத்தது. அடிவயிறு கலங்கியது, யாருடைய பிள்ளையாக இருந்தால் என்ன? இவ்வளவு ரத்தம் வெளியேறி விட்டதே என்று உள்ளம் துடித்தது.

எதற்காக தலைமை ஆசிரியர் தன்னை அழைத்தார்? என்ற நினைப்பு வந்தது. நேரில் காணும் காட்சியோடு அதை தொடர்பு படுத்தியபோது அவளுக்கு பகீர் என்றது.

பெனிட்டோ இரண்டு ஆசிரியர்களுக்கு எதிரே தரையில் மண்டி போட்டு உட்கார்ந்திருந்தான். சிறு கூட்டம் கூடியிருந்தது, யாரோ ஒரு பெண் அழுது புலம்பிக் கொண்டிருந்தாள்.

என்ன நடந்திருக்கும்? மால்தோனி ஓரளவு புரிந்து கொண்டாள்.

பெனிட்டோவுக்கும் அந்த சிறுவனுக்கும் ஏற்பட்ட கைகலப்பில், முரட்டுத்தனமாக நடந்து கொண்ட பெனிட்டோ, ஆத்திரத்தின் உச்சகட்டத்தில் வகுப்பில் ஆசிரியரின் மேசையில் இருந்த பேனாக் கத்தியை எடுத்து அந்தப் பையனை குத்திவிட்டான். இது தான் நடந்தது.

வழக்கு காவல்துறைக்கு செல்வதற்கு முன்னால், மால்தோனி அந்தப் பெற்றோரின் கைகளில், கால்களில் விழுந்து பிள்ளையை மீட்டுக் கொண்டு வந்தாள். இருந்தாலும் பெனிட்டோவை பள்ளி நிர்வாகம் வெளியேற்றிவிட்டது.

அவன் உன்னுடன் படிப்பவன் தானே? எதற்காக அவனை கத்தியினால் குத்தினாய்? அது கொலைக்குற்றம் என்பது தெரியுமா? மால்தோனி மெதுவாகக் கேட்டாள்.

எனக்கு அது தெரியாது அம்மா? ஆனால் என்று இழுத்தான்...

ஆனால் என்ன? இனிமேல் இப்படிச்செய்தால் ஜெயிலுக்குப் போகவேண்டியது தான்.

உன்னை யாராவது அடித்தால் அழுது கொண்டு நிற்காதே, திருப்பித் தாக்கு என்று அப்பா தான் சொல்லிக்கொடுத்தார். அதைத் தான் செய்தேன் என்றான் பெனிட்டோ சற்றே முரட்டுத்தனமான குரலில். அவர் சொன்னபடிதான் நான் நடந்து கொண்டேன் இதில் என்ன தவறு? என்பது போல ஒலித்தது அவன் குரல்.

அதிர்ந்து போய் அவனைப் பார்த்தாள் மால்தோனி.

தன் கணவன் பிள்ளையை வளர்க்கும் விதம் சரியல்ல என்பது மால்தோனிக்குப் புரிந்தது. பெனிட்டோ குழந்தைத்தனத்தோடு தெரியாமல் செய்கிறான், அதையே அலெக்சாண்ட்ரோ சோஷலிசம் என்ற பெயரில் செய்து வருகிறார். அவரைத் திருத்தவே முடியாது,

இவனையாவது நல்வழிப்படுத்த வேண்டும். கடவுளே எனக்கு வலிமையைக் கொடு, பொறுமையைக் கொடு என்று மண்டிபோட்டு பிரார்த்தனை செய்தாள் அந்த பாசமுள்ள தாய்.

தவறான பதிவுகள்

சின்ன வயதில் எது மனதில் பதிகிறதோ அது எத்தனை வயதானாலும் மறப்பதில்லை. இதற்காகத் தான் குழந்தைகளுக்கு சிறுவயதிலேயே கடவுள் பக்தியை, நல்ல விஷயங்களை, கற்றுக் கொடுக்க வேண்டும். அந்தக் காலத்தில் தோத்திரப்பாடல்களை, வேதங்களை சிறுவயதில் திருப்பித் திருப்பிச் சொல்வதன் மூலமாகவே குழந்தைகளின் பிஞ்சு மனத்தில் பதிய வைத்தனர் நமது முன்னோர். அதற்காகவே ஏற்பட்டவை குரு குலங்கள்.

விளையும் பயிர் முளையிலே என்பதைப் போல குழந்தைகளின் உள்ளத்தில் பதியும் நல்ல விஷயங் களே பிற்காலத்தில் அவர்களை நல்லவர்களாகவும் வல்லவர்களாகவும் மாற்றுகின்றன. அவர்கள் உள்ளத்தில் பதியும் கெட்ட எண்ணங்கள் அவர்களை தரம் கெட்டவர்களாக மாற்றி நாட்டுக்கும் வீட்டுக்கும் தீமை செய்யும் சுயநலக்காரர்களாக வளர்க்கின்றன. இதற்கு மிகச் சிறந்த உதாரணமாகத் திகழ்ந்தான் பெனிட்டோ.

தந்தை சொல்மிக்க மந்திரம் இல்லை என்ற தமிழ்ப்பழமொழி நிச்சயமாக பெனிட்டோவுக்குத் தெரிந்திருக்க வாய்ப்பே இல்லை. இருந்தபோதிலும் அவன் தந்தை சொன்ன திருப்பித்தாக்கு என்ற விஷயத்தை மட்டும் கெட்டியாகப் பிடித்துக் கொண்டான்.

ஏன் என்றால் அவனுக்கும் அந்த விஷயம் மிகவும் பிடித்துப் போயிருந்தது. தன்னை விட வயதில் மூத்த சிறுவர்களையும், கூட அவன் திருப்பி அடித்தான். நாளுக்கு நாள் அவனது முரட்டுத் தனம் அவனுடன் போட்டிபோட்டுக் கொண்டு வளர்ந்தது.

அவனைக் கண்டாலே சிறுவர்கள் பயந்து ஒதுங்கினர், அவனுடன் பழகாதே என்று பெற்றோர்கள் தங்கள் பிள்ளைகளை எச்சரித்து அனுப்பினர். இதெல்லாம் பெனிட்டோவுக்கு குஷி ஏற்றியது. தன்னைக் கண்டு அவர்கள் பயப்படுகிறார்கள் என்பதை அறிந்ததும் மேலும் சீண்டிப் பார்க்க ஆசை வந்தது. ஆகவே தனது வகுப்பில் படிக்கும் சக மாணவர்கள் மீது அவன் எப்போதும் கட்டுக்கடங்காத முரட்டுத்தனத்தோடு நடந்து கொண்டான்.

வேணு சீனிவாசன்

மற்றொரு முறை தன்னை விட இரண்டு வயது பெரிய மாணவனை, கத்தியால் குத்திவிட்டான். நிர்வாகம் அவனை சிறுவர் சீர்திருத்தப் பள்ளியில் சேர்க்கச் சொல்லி வற்புறுத்தியதோடு, சீட்டை கிழித்து வெளியே துரத்தி விட்டது.

இப்படியெல்லாம் மனம் போல நடந்தபோதிலும் எப்படியோ தத்தித் தடுமாறி அவன் ஒவ்வொரு வகுப்பிலும் பாஸ் செய்து வந்தான். படிப்பு ஏறவில்லை என்பதால் தாயும் அவனை படிப்பு விஷயத்தில் அதிகம் கண்டு கொள்வதில்லை. வாத்தியார் பிள்ளை மக்கு என்பதைப் போலவே அவன் வளர்ந்தான்.

பெனிட்டோவின் அப்பாவுக்கு அரசியலில் ஆர்வம் அதிகம், அதை விட சோஷலிசத்தின் மீது வெறி அதிகம். அவரைப் பொறுத்த வரையில் சோஷலிசம் என்பது என்ன தெரியுமா?

ஊரில் எவனும் பணக்காரனாக இருக்கக் கூடாது, அப்படி யாராவது இருந்தால் அவர்களது சொத்துக்களை பறிமுதல் செய்து ஏழைகளுக்கு குறிப்பாக கொல்லப்பட்டறையில் வேலை செய்யும் தன்னைப் போன்றவர்களுக்கு கொடுத்து விட வேண்டும் என்பது தான்.

அவர் செய்த தொழிலில் போதிய வருமானம் இல்லை, அவருடைய நண்பர்களும் சரியில்லை. கடவுள் நம்பிக்கையோ அல்லது மத நம்பிக்கையோ எதுவும் இல்லை. இந்த நிலையில் முரட்டுத் தனமாக சோஷலிசப் பிரசாரம் செய்யும் அவரை யாருக்குப் பிடிக்கும்? அனைவரும் அவரை கேலி பேசினர், உதவி செய்யாமல் கைவிட்டனர். இதனால் மால்தோனியின் பொறுப்பும், வேலையும் அதிமாயின.

ஆனால் அதைப்பற்றி அலெக்சாண்ட்ரோ கவலைப்படவில்லை, என்றாவது ஒரு நாள் தனது சோஷலிசக் கொள்கைகள் தன்னை பணக்காரனாக்கும் என்று நம்பினார். நம்பிக்கை பொய்த்தபோது மதுவை நாடினார்.

மதுவின் போதையில் அவர் சோஷலிசம் குறித்தும், நாட்டு நடப்புக்களும் குறித்து பேசித் தீர்த்தார். அவற்றை ஒரு வரிவிடாமல் கேட்ட பெனிட்டோ, மனத்தில் பதிய வைத்துக் கொண்டான். அவனுக்கு சோஷலிசம் என்பது புரிந்தது. அடித்துப் பிடுங்க வேண்டும் அவ்வளவு தானே நான் பெரியவனானால் அப்பாவின் கொள்கையை கடைப்பிடிப்பேன் என்று மனதிற்குள் ஆயிரம் முறை சொல்லிக் கொண்டான்.

3

அப்பாவே எனது ஹீரோ

ஒவ்வொரு குழந்தைக்கும் அவனது அப்பாவே ஹீரோ இதனை எத்தனை அப்பாக்கள் தெரிந்து வைத்திருப்பார்கள் என்று தெரியவில்லை. ஒரு குழந்தை தன் அப்பாவைப் பார்த்தே வளர்கிறது, அவரது நடவடிக்கைகளைப் பார்த்து தானும்அது போலவே செய்ய ஆசைப்படுகிறது.

தினமும் காலையில் அலுவலகம் செல்லும் அப்பாவைப் பார்க்கும் குழந்தை ஒரு புத்தகத்தை எடுத்துக் கொண்டு நானும் ஆபீஸ் போறேன் என்று சொல்வதை ஒவ்வொரு வீட்டிலும் பார்க்கலாம். சிகரெட் பிடிக்கும் அப்பாவைப் பார்த்து பழகிய குழந்தை, ஒரு காகிதத்தை சுருட்டி வாயில் வைத்துக் கொண்டு புகை விடுவதை நிச்சயமாக நீங்கள் பார்த்திருப்பீர்கள்.

இதில் இருந்து என்ன தெரிகிறது? ஒரு குழந்தை தனது பெற்றோரைப் பார்த்தே பழக்கவழக்கங்களை கற்றுக் கொள்கிறது. அது நல்லதா அல்லது கெட்டதா என்பதெல்லாம் அதற்குத் தெரியாது. அப்பா செய்கிறார் அதனால் நானும் செய்கிறேன் என்ற அளவில் தான் அது நடந்து கொள்ளும். ஆகவே குழந்தை வளர்ப்பில் பெற்றோரின் பங்கு மிகவும் அதிகம்.

இதை அறியாத அலக்சாண்ட்ரோ மதுக்கடைக்கு தன் மகனை அழைத்துக் கொண்டு போனார், அதனால் என்ன ஆயிற்று தெரியுமா?

அவர் வெளியே செல்லும் போது பெனிட்டோவையும் அழைத்துச் செல்வார், அது மதுபானக்கடையாகவும் இருக்கும், சோஷலிச பொதுக்கூட்டமாகவும் இருக்கும். இரண்டு இடங்களிலும் அவர் தனக்குத் தோன்றிய கருத்துக்களை ஒளிவுமறைவு இல்லாமல் வெளியிடுவார்.

மதுபானக் கடைகளில் அவரது குரல் ஓங்கி ஒலிக்கும், சில நேரங்களில் விதண்டா வாதத்தில் ஈடுபடுவார். அடிதடி கைகலப்பு என்று முடியும். அது போன்ற சமயங்களில் பெனிட்டோ சற்று ஒதுங்கி இருப்பான். அப்பா தனது சண்டையை முடித்துவிட்டு பஞ்சாயத்தை ஆரம்பிப்பார். அவன் என்ன தவறு செய்தான், அதற்குக் காரணம் என்ன? என்றெல்லாம் மனதிற்குத் தோன்றியவிதத்தில் விவரிப்பார். அதில் ஏராளமான கருத்துக்கள் அடங்கி இருப்பதாக பெனிட்டோ நம்புவான், ஓரளவு அது உண்மையும் கூட.

சோஷலிச பொதுக் கூட்டத்தில் அவர் வாய்ப்பு கிடைக்கின்ற சமயங்களில் பேசுவார், கை தட்டல் வாங்குவார். பெனிட்டோ பெருமையாக அப்பாவை நோக்குவான். கம்யூனிசம், சோஷலிசம், கேப்டலிசம் போன்ற இசங்களைப் பற்றி அவன் அப்பாவின் மூலமாகத் தான் தெரிந்து கொண்டான்.

பெனிட்டோவுக்கு படிப்பு ஏறவில்லையே தவிர இது போன்ற விஷயங்களில் அளவுக்கு மிஞ்சிய ஆர்வம் இருந்தது.

மேலும் கடவுள் மறுப்புக் கொள்கை பற்றிய அவரது கருத்துக்கள் பெனிட்டோவின் இளநெஞ்சில் வேர் பிடித்து விட்டன. திருச்சபை குறித்து அவனுக்கு நல்ல அபிப்ராயம் இல்லை. மதத்தின் மீது வெறுப்பும் விரோதமும் வளர்ந்தது.

பெனிட்டோ தந்தையை விரும்பியதை விட அவரது செயல்முறைகளைப் பெரிதும் விரும்பினான். அவரது பேச்சை நூறு சதவீதம் கேட்டான், அவரது நடைமுறைகளை காப்பி அடித்தான். அப்பாவே எனது ஹீரோ என்றான்.

அதில் தான் பிரச்சனை வந்தது.

பள்ளியில் இடமில்லை

அவருடைய வயதுக்கு அவரது பேச்சும் செயலும் சரியாக இருக்கலாம், அதுவே சரியல்ல என்று தான் பலரும் அவரை ஒதுக்கி வைத்தனர். இருந்தாலும் எதிர்த்துப் பேசாமல் ஒதுங்கிப் போயினர். நிலைமை இப்படியிருக்க இளவயது பெனிட்டோ அப்பாவை அப்பட்டமாக காப்பி அடித்து நடக்க ஆரம்பித்தான். அது ஆறு வயது சிறுவனுக்கு மீசை முளைத்ததைப் போல அவனுடைய வயதுக்கு ஒட்டாத மற்றும் ஒவ்வாத அடாவடி நடவடிக்கையாக காட்சி அளித்தது.

தந்தை தன் வயதொத்தவர்களிடம் அடாவடியாக பேசுவதைப் போலவே பெனிட்டோ சக மாணவர்களிடம் பேசினான், கேட்காதவர்களைத் தாக்கினான். இதனால் பள்ளிப் படிப்பு தள்ளாட்டம் கண்டது. ஏற்கெனவே நாம் பார்த்ததைப் போல இரண்டு முறை பள்ளியில் இருந்து வெளியேற்றப்பட்டான்.

மால்தோனிக்கு பிள்ளையின் நடவடிக்கைகள் பெரிய தலைவலியாக இருந்தது, கணவனை திருத்த முடியவில்லை என்ற குறையோடு பிள்ளையும் தவறான பாதையில் செல்கிறானே என்ற வருத்தமும் அவளை வாட்டி எடுத்தது.

அடாவடி அய்யாக்கண்ணுவாக திரியும் மகனை நல்வழிப் படுத்த நினைத்த அவள் அவனை பாதிரிமார்கள் நடத்தும் பள்ளியில் சேர்க்க முடிவு செய்தாள். அதற்கு அவளது கணவன் ஒப்புக் கொள்ளவில்லை.

அங்கே போனால் என்மகன் சாமியாராகிவிடுவான், வேண்டாம்.

அங்கே போனால் நம் மகன் ஒழுக்கத்தையும் கட்டுப்பாட்டையும் கற்றுக் கொள்வான் என்றாள் மால்தோனி.

அவர்கள் கடவுளின் பேரைச் சொல்லிக் கொண்டு லஞ்சம் வாங்குகிறார்கள், பாவங்களை மறைத்துச் செய்கிறார்கள். அந்த போலியான வாழ்க்கை வாழ்வது கேவலம் என்றார் அலெக்ஸ்.

உங்கள் கருத்தை உங்களோடு வைத்துக் கொள்ளுங்கள் நாளுக்கு நாள் பெனிட்டோவின் போக்கு முரட்டுத்தனமாகவும், முட்டாள் தனமாகவும் மாறிவருகிறது. இந்த வயதில் அவனுக்கு நல்லவற்றை கற்றுக் கொடுப்பதற்கு திருச்சபை பள்ளிகளே தகுந்தவை. ஆகவே தடுக்காதீர்கள் என்று மன்றாடினாள் மால்தோனி.

கத்தோலிக்க திருச்சபை மீது நல்ல அபிப்ராயம் இல்லாத அலெக்சாண்ட்ரோ தன் மகனை அந்தப் பள்ளியில் சேர்ப்பதற்கும், தங்கும் விடுதிக்கு அனுப்புவதற்கும் எளிதில் சம்மதிக்க வில்லை.

பிள்ளையின் நலம் கருதி இதை நான் சொல்கிறேன், நீங்கள் அவனுடைய நடவடிக்கைகளை மனத்தில் கொண்டு விட்டுக் கொடுக்க வேண்டும். இதில் உங்கள் இலட்சியமோ எனது ஆசையோ முக்கியமே அல்ல. பெனிட்டோவின் எதிர்காலம் தான் முக்கியம் என்று பலநாட்கள் எடுத்துச் சொன்னாள் மால்தோனி.

அவரும் யோசித்தார், நாளுக்கு நாள் பெனிட்டோவின் குறும்புகள், சண்டைகள், அடிதடிகள் அதிகமாகி வருவதை அவரும் கவனித்திருந்தார். தன் வாழ்க்கை தான் இப்படி பட்டறையிலேயே கழிந்து விட்டது. அவனாவது நன்றாகப் படித்து கவுரமான வேலைக்குப் போகட்டும் என்று விரும்பினார். ஆகவே வேறு வழியில்லாமல் ஒப்புக் கொண்டார்.

ஏற்கெனவே அவர்களது குடும்பத்தில் பெனிட்டோவுக்குப் பிறகு மேலும் இரண்டு குழந்தைகள் வந்து விட்டன. ஆர்னல்டோ என்ற ஏழு வயது தம்பியும், எட்விட்ஜ் என்னும் மூன்று வயது தங்கையும் பெனிட்டோவுக்கு உண்டு. அவர்களை நன்றாகப் படிக்க வைக்கவும், ஓரளவிற்கு வசதியாக வளர்க்கவும் இருவருமே வேலை செய்து சம்பாதிக்க வேண்டும். இந்த நிலையில் பெனிட்டோ படிக்காமல், அடிதடி, ரகளை செய்தபடி ஊர்சுற்றிக் கொண்டிருந்தால் அவனைக் கவனிப்பது எப்படி? ஆகவே அவர்கள் பேன்ஸா என்ற நகரத்தில் இருந்த பாதிரிமார்களின் பள்ளியில் பெனிட்டோவைச் சேர்த்தனர்.

ஒருவழியாக மால்தோனிக்கு நிம்மதியும் நம்பிக்கையும் வந்து விட்டது. இனிமேல் தன் பிள்ளையை கர்த்தர் பார்த்துக் கொள்வார் என்று.

விடுதியிலும் அப்படித்தான்

அவனை பள்ளியில் சேர்த்து விடுதியில் தங்க வைத்தனர். அவனது குறும்புகளும், முரட்டுத்தனமும் கொஞ்சமாவது அடங்கும்

என்று அவள் நம்பினாள். ஆனால் பாவம் அந்த நம்பிக்கை அவ்வப் போது ஆட்டம் காணும் விதத்தில் பெனிட்டோவின் முரட்டுத் தனமான நடவடிக்கைகள் இருந்தன.

ஒரு முறை சகமாணவனை அடித்தான், அதை ஒருவழியாக சமாதானமாக பேசி முடித்த போது மற்றொரு மாணவனைக் கீழே தள்ளி உதைத்தான். வேறொரு மாணவனை அறைக்குள் தள்ளி சிறை வைத்தான். அவன் அமைதியான பிள்ளையாக மாறுவான் என்று எதிர்பார்த்த அம்மாவுக்கு இது அதிர்ச்சியை ஏற்படுத்தியது.

தன் பிள்ளையை திருச்சபை பள்ளிகளால் கூட திருத்த முடியாதோ என்ற அச்ச உணர்வு ஏற்பட்டது.

ஒவ்வொரு நாளும் ஏதாவது ஒரு வழியில் தனது முரட்டுத் தனத்தை காண்பித்தான் பெனிட்டோ. மாணவர்களை மட்டும் அல்ல ஆசிரியர்களையும் ஆட்டிவைத்தான்.

ஆசிரியரை மதிக்கவில்லை என்று ஒரு புகார்.

ஆசிரியரை எதிர்த்துப் பேசுகிறான் என்று மற்றொரு புகார்.

பாடங்களை படிப்பதில் ஆர்வம் காட்ட மறுக்கிறான் என்று ஒரு புகார்.

காதுகளை பொத்திக் கொண்டாள் மால்தோனி, அலெக்சாண்டரும் பிள்ளையைப் பார்த்து அடிக்கடி அறிவுரை சொன்னார். யார் சொன்னால் என்ன? செவிடன் காதில் ஊதிய சங்கு போல அவைகளை அலட்சியப் படுத்தவிட்டு, மனம் போன போக்கில் நடந்தான் பெனிட்டோ.

இதன் காரணமாக ஒரு சில மாதங்களிலேயே பெனிட்டோவை பள்ளியில் மாணவர்களுக்கும் ஆசிரியர்களுக்கும் பிடிக்காமல் போய் விட்டது. மற்ற மாணவர்கள் மத சம்பந்தமான பாடங்களை ஆர்வத்தோடு படித்தார்கள். இவனோ அவைகளை வெறுத்தான். சக மாணவர்கள் மாதா கோயிலுக்கு சென்று கர்த்தரின் முன்னால் மண்டியிட்டு ஜெபம் செய்தனர். ஆனால் இவனோ அவர்களை கிண்டல் செய்தான். கேலியாகப் பேசினான். ஜெப வேளையில் கூச்சல் போட்டான். மற்ற மாணவர்களை தூண்டிவிட்டு அமைதியைக் குலைத்தான்.

இது போன்ற அராஜகத்தை பொறுக்க முடியாத நிர்வாகம் அவனை வெளியேற்ற முடிவு செய்தது.

இதை அறிந்த மால்தோனி ஓடிவந்தாள், தனது பிள்ளைக்காக பாதிரியார்களிடம் கெஞ்சினாள், மன்னிப்புக் கேட்டாள். தனது நிலையைச் சொல்லி அழுதாள். இரக்கப்பட்ட பாதிரிமார்கள், பெனிட்டோவை தண்டித்து மறுபடியும் பள்ளியில் சேர்த்துக் கொண்டனர்.

இவைகளினால் பெனிட்டோ திருந்தவில்லை. முரட்டுத் தனமும், அடாவடி நடவடிக்கையும் அவனது ரத்தத்தில் கலந்திருந்தது. எப்படியோ சில வருடங்களில் அவன் தனது பள்ளிப்படிப்பை நிறைவு செய்தான்.

வாசிக்கத் தெரியாதவனுக்கு வாத்தியார் வேலை

1901ம் வருடம் பள்ளிப் படிப்பை முடித்த கையோடு வேலை தேடும் படலத்தை ஆரம்பித்தான் பெனிட்டோ. வீட்டின் பொருளாதார நிலை அப்படி. அம்மா ஒரு பள்ளி ஆசிரியை என்பதால் தனக்குத் தெரிந்த பல பள்ளிகளில் பிள்ளையின் வேலைக்கு சொல்லி வைத்திருந்தாள்.

யானை வரும் பின்னே மணி யோசை வரும் முன்னே என்ற பழிமொழியைப் போல பெனிட்டோ பள்ளிக்குப் போவதற்கு முன்னால் அவனைப் பற்றிய தகவல்கள் அவர்களைச் சேர்ந்திருந்தன. ஆகவே எதற்காக புலியை வைத்துக் கொண்டு பிள்ளைகளை பரிசோதனை செய்ய வேண்டும் என்ற அச்சத்தில் அவர்கள் வேலை காலி இல்லையேம்மா என்று மால்தோனியிடம் கை விரித்தனர்.

அவளும் சளைக்காமல் தேடினாள், இறுதியாக வெற்றி அடைந்தாள். ஒரு கத்தோலிக்கப் பள்ளியில் ஆசிரியராக பெனிட்டோ சேர்ந்தான்.

பள்ளியும் அங்கு படித்த மாணவர்களும் ஒழுக்கமான ஒரு ஆசிரியரை எதிர்பார்த்தனர். அதில் தவறு ஒன்றும் இல்லை. ஆனால் பெனிட்டோ அவர்களது எதிர்பார்ப்பை நொறுக்கினான். மதுவும், மாதுவும் அவனை விட்டுப் பிரியாமல் இருந்தன.

என் அறிவுரையைப் பின்பற்றுங்கள் என் நடவடிக்கைகளை பின்பற்றாதீர்கள் என்ற பெனிட்டோவை மாணவர்களும், குறிப்பாக மாணவர்களின் பெற்றோர்களும் அளவுக்கு அதிகமாக வெறுத்தனர். அவரை பள்ளியை விட்டு வெளியேற்றச் சொல்லி நிர்வாகத்திடம் புகார் செய்தனர்.

இந்த வேலையில் பெனிட்டோவுக்கு பள்ளி வேலை நேரம் போக ஏராளமான ஓய்வு நேரம் கிடைத்தது. அப்போது புத்தகங்கள் படிக்க ஆரம்பித்தார், சோஷலிச கட்சியின் கூட்டங்களில் கலந்து கொண்டார். ஏற்கெனவே தந்தை விதைத்திருந்த சோஷலிச விதை வேர்பிடித்து மரமாக வளர ஆரம்பித்தது.

இத்தாலியின் அரசியல் தலைவர்களில் கரிபால்டி தான் பெனிட்டோவை மிகவும் கவர்ந்தவர். அவரது பேச்சும், நடவடிக்கை களும் பெனிட்டோவை மயக்கின, அவரை பின்பற்றினார், அவரைப் பற்றி வகுப்பில் மாணவர்களிடையே அடிக்கடி பேசிவந்தார்.

அவரது ஆதர்ச தலைவரான கரிபால்டியைப் பற்றி யார் தவறாகப் பேசினாலும் அதை பெனிட்டோவால் பொறுத்துக் கொள்ளவே முடியாது. ஒரு முறை நகரசபை தலைவருக்கும் அவருக்கும் இது குறித்த வாக்குவாதம் ஏற்பட்டது. அது பேச்சோடு முடியாமல், விரோதத்தில் முடிந்தது. அவரது செல்வாக்கைப் பயன்படுத்தி பெனிட்டோவை பள்ளியில் இருந்து வெளியே அனுப்ப முயற்சி செய்தார்.

பள்ளி நிர்வாகத்தைப் பொறுத்தவரையில் அவர்கள் ஒரு காரணத்தை தேடிக் கொண்டு இருந்தார்கள், இப்போது நகரசபை தலைவரே பெனிட்டோவை வேலையை விட்டு அனுப்ப பச்சைக்கொடி காட்டிவிட்டார். பிறகு என்ன ஜாம் ஜாம் என்று ஒரு நாள் காலை அவரை அழைத்து பள்ளியில் இருந்து நீக்கியதற்கான கடிதத்தை கொடுத்தனர்.

என்றைக்கோ எதிர்பார்த்தேன் இன்று நடந்து விட்டது என்று அதை சாதாரணமாக எடுத்துக் கொண்டு வீட்டுக்கு வந்தார் பெனிட்டோ.

மேற்கொண்டு என்ன செய்வது? என்ற பிரம்மாண்டமான கேள்வி எழுந்தது.

4

சுவிட்சர்லாந்துப் பயணம்

இந்தக் காலத்தில் மட்டும் அல்ல, அந்தக் காலத்திலும் கூட வேலைகிடைப்பது என்பது சற்று பிரச்சனைக்குரிய விஷயமாகவே இருந்திருக்கிறது. பெனிட்டோவின் காலத்திலும் அவர் இந்த நெருக்கடியை சமாளிக்கவேண்டியிருந்தது. படித்தவர்களுக்கு வேலை இல்லை என்பது இந்தக் காலம். ஆனால் அந்தக் காலத்தில் ஏதோ கொஞ்சம் படித்து பள்ளிப் படிப்பபை முடித்தவர்களுக்கு வேலை கிடைத்துத்தான் வந்தது. அந்த வேலையும் கிடைக்காதபோது, கிடைத்த வேலை பிடிக்காதபோது அடுத்து என்ன செய்வது? என்ற மிகப் பெரிய கேள்வி பயமுறுத்தியது.

ஆறுகள் கடலை நோக்கிச் செல்லும், சூரிய காந்திப் பூ சூரியன் இருக்கும் திசையை நோக்கித் திரும்பும். அதைப்போல அந்தக் காலத்தில் வேலை கிடைக்காதவர்கள் சுவிட்சர்லாந்துக்குச் செல்வது வழக்கமாக இருந்தது. காரணம், அது சொர்க்கபூமியாகவும், வேலை கிடைக்காதவர்களுக்கு வேலை வாய்ப்பை அள்ளித் தரும் சுரங்கமாகவும் இருந்தது. பள்ளியிலும் கல்லூரிகளிலும் படித்து வேலை கிடைக்காமல் ஊர்சுற்றும் பிள்ளைகளை பெற்றோர் நல்ல வார்த்தைகள் சொல்லி சுவிட்சர்லாந்துக்கு அனுப்பி விடுவார்கள்.

போய் வா மகனே

பெனிட்டோவுக்கும் சுவிட்சர்லாந்துக்கு செல்லும் ஆசை வேர்விட்டது. அம்மா தன் கைச் செலவிற்கு அனுப்பிய சொற்ப பணத்தை வைத்துக்கொண்டு இந்தப் பயணத்தை மேற்கொள்ள ஆசைப்பட்டார்.

ஆமாம் உள்ளூரில் இருந்து கொண்டு முயல்வேட்டைக்குச் செல்வதை விட சுவிட்சர்லாந்துக்கு சென்று பிச்சை எடுத்தால் கூட யாருக்கும் தெரியப்போவதில்லையே. அதோடு பாஸ்போர்ட்டோ, விசாவோ இந்தப் பயணத்திற்குத் தேவைப்படவில்லை. சுவிட்சர்லாந்து போகலாம், வேலை தேடலாம், வசதியாக வாழலாம், நினைத்தபடி இருக்கலாம் பிடிக்கவில்லையா? பிரச்சனையா? கவலையே இல்லை, மூட்டை கட்டிக் கொண்டு ஊரைப்பார்க்க திரும்பி விடலாம். இது போன்ற விஷயங்கள் பெனிட்டோவை பெரிதும் கவர்ந்தன.

இது மட்டும் அவரது சுவிட்சர்லாந்துப் பயணத்திற்கு காரணம் அல்ல. அவருக்கு ராணுவம் என்றால் பிடிக்காது. அந்தக் காலத்தில் ஊர் சுற்றும் இளைஞர்களுக்கும், வேலையில்லாதவர்களுக்கும் கட்டாயராணுவ சேவை அமலில் இருந்தது. வீட்டிற்கு ஒருவர் கண்டிப்பாக ராணுவசேவை சில குறிப்பிட்ட வருடங்களுக்குச் செய்தே தீரவேண்டும் என்ற சட்டம் இருந்தது. அதில் இருந்து எந்த இளைஞனும் தப்பிக்க முடியாது என்ற இக்கட்டான சூழல். இத்தாலியில் இருந்தால் ராணுவத்தில் சேர்த்து முதுகெலும்பை உடைத்து விடுவார்கள் என்று பயந்த காரணத்தினால் அவர் சுவிட்சர்லாந்து பயணத்தை மேற்கொண்டார் என்றும் சிலர் எழுதி இருக்கிறார்கள்.

அவரது பயணத்தை குறித்து பெற்றோரிடம் தெரிவித்த போது, மகராஜனாகப் போய்விட்டு வா என்று சொல்லி வழிச்செலவுக்குத் தேவையான பணத்தையும் கொடுத்து அவரை அனுப்பி வைத்தனர்.

பிள்ளை இங்கேயிருந்து கொண்டு ஊர்சுற்றி பெண்களோடும், மதுக்கோப்பையோடும் கூத்தடித்து பெயரைக் கெடுப்பதை விட, கண்காணாத இடத்தில் வேலை செய்யட்டும் என்று பெனிட்டோவின் தாய் மால்தோனி நினைத்ததில் தவறு ஒன்றும் இல்லை.

கடனோ உடனோ வாங்கி அம்மா கொடுத்த கொஞ்சம் பணத்தை வைத்துக் கொண்டு கிளம்பிவிட்டார் பெனிட்டோ.

சுவிட்சர்லாந்து சென்ற பெனிட்டோவுக்கு அங்கே யாரும் ரத்தினகம்பளம் விரித்து பெரியவேலையைக் கொடுத்து விடவில்லை. வேலை தேடும் படலத்தை அவர் அங்கே ஆரம்பித்தார்.

ராமேஸ்வரம் போனாலும் சனீஸ்வரன் விடாது என்று சொல்வார்கள் இல்லையா? அதைப்போல சுவிட்சர்லாந்துக்கு சென்றும் சரியான வேலை அமையாமல் அவர் திண்டாடினார்.

அவருக்கு ஏதாவது ஒரு பத்திரிகையில் வேலை செய்ய ஆசை. ஆனால் அந்த வேலையைத் தவிர ஏதேதோ எடுபிடி வேலைகள் கிடைத்தன. படிப்பும் அதிகமில்லை பள்ளிப்படிப்போடு நின்று விட்டது, அவர் தன்னுடைய மற்ற தொழில் திறமைகளையும் வளர்த்துக் கொள்ளவில்லை. இந்த நிலையில் அவருக்கு இயல்பாகவே அரசியலில் ஆர்வம் அதிகரித்தது. அரசியலுக்கு மட்டும்தான் பட்டமோ, பதவியோ தேவைப்படுவதில்லை. மேலும் அதிகாரம் செய்வதற்கும், புகழ் பெறுவதற்கும் அரசியலே தகுந்த இடம் என்ற எண்ணம் அவரது உள்ளத்தில் வேரூன்றி இருந்தது. பலவேளைகள் பட்டினி சில வேளை சாப்பாடு என்ற ரீதியில் அவர் நாட்களை ஓட்டிக் கொண்டிருந்தார். வேலை கிடைக்காத நாட்களில் அருகில் இருக்கும் நூலகங்களுக்குச் சென்று புத்தகங்கள் படித்தார். அவரது அறியாமை இருள் விலகியது, அரசியல் குறித்தும், நாட்டு நடப்புக்கள் குறித்தும் தெரிந்து கொண்டார்.

அந்த நேரத்தில் தான் காரல் மார்க்ஸின் படைப்புக்களை அவர் ஆவலோடு வாசித்தார். நீட்ஷேவும் அறிமுகமானார். இவரது அதிகாரத்தின் வழி என்ற நூல் பெனிட்டோவின் உள்ளத்தில் பொதுவுடமை கொள்கைகளை கல்வெட்டாகப் பதியவைத்தது. அவர் அந்தக் கொள்கைவழியில் தீவிரமாக செயல்பட ஆரம்பித்தார்.

சுவிட்சர்லாந்தின் சோஷலிஸ்டு கட்சியினர் 1903ம் ஆண்டு மிகப் பெரிய வேலை நிறுத்தத்தை நடத்தினர். எதற்காக வேலை நிறுத்தம்? ஏன் இதில் தான் பங்கேற்கவேண்டும் என்பதைப் பற்றி யெல்லாம் அவர் கவலைப்படவில்லை. சும்மா சுற்றிக் கொண்டிருந்த பெனிட்டோவுக்கு இது ஒரு நல்ல வாய்ப்பு. இந்த வாய்ப்பை பயன்படுத்திக் கொண்டு அதன் மூலம் ஓரளவு பிரபலமாகலாம் என்று நினைத்த அவர், போராட்டத்தில் தீவிரமாக தன்னை இணைத்துக் கொண்டார்.

தீர்ந்தது சாப்பாட்டுத் தொல்லை

சும்மா இருக்குமா? காவல் துறை. அது தனது வேலையைக் காட்டியது. அதன் பலன், மற்றவர்களோடு இவரையும் கைது செய்தது. சிறைவாசம் இரண்டு வாரங்களுக்கு. அப்பாடா சாப்பாட்டுப் பிரச்சனையும், இடப் பிரச்சனையும் தீர்ந்தது என்று சந்தோஷப் பட்டார் பெனிட்டோ. எதையும் தனக்குச் சாதகமாகப் பயன்படுத்திக் கொள்ளும் திறமையை வளர்த்துக் கொண்டார். எதற்காகவும் விட்டுக் கொடுக்காமல் இருக்கப் பழகினார். இரண்டு வாரங்கள் கழித்து வெளியே வந்தார், வேலை தேடினார். மற்றொரு போராட்டம் வந்தது அதில் இணைந்தார். சில வாரங்கள் சிறைவாசம்.

இப்படியாக போராட்டக்காரனாக தன்னை அடையாளப் படுத்திக் கொண்டு வளர ஆரம்பித்தார் பெனிட்டோ. இதே நேரத்தில் கூட்டங்களில் பேச வாய்ப்புக் கிடைத்தது. அவர் இதற்காக தன்னை தயார்படுத்திக் கொண்டார். தகவல்களை சேர்த்தார், அவைகளை கோர்வையாகப் பேசிப்பழகினார். மக்களை கவரும் விதத்தில் தனது பேச்சுக்களைத் தயாரித்தார். இதனால் அவரது கூட்டங்களுக்கு மக்கள் அதிக அளவில் வர ஆரம்பித்தனர். கட்சி தலைமையிடம் இதை கவனித்து வந்தது.

இதே நேரத்தில் அவரது பார்வை சோஷலிஸ்டு கட்சிக் கூட்டங்களில் அடிக்கடி தென்பட்ட அழகுப்பெண் ஆஞ்லிகா மீது விழுந்தது. பார்வைகள் இணைந்தன உள்ளங்கள் ஒன்றாயின, இருவரும் அடிக்கடி சேர்ந்து பேசினர், சிரித்தனர், எதிர்காலம் பற்றி சிந்தித்தனர்.

இந்தப் பெண்ணுக்கு கட்சி மேலிடத்தில் கொஞ்சம் செல்வாக்கு இருந்தது. அதைப் பயன்படுத்தி அவள் பெனிட்டோவை கட்சியின் மையக் குழுவுக்குள் நகர்த்தினாள். காதலும், அரசியல் கூட்டங் களுமாக பெனிட்டோ வாழ்க்கையை ரசித்து வாழ்ந்தார். ஆனால் எத்தனை நாட்களுக்கு இப்படியே இருப்பது? அடுத்த கட்டத்தை நோக்கி நகரவேண்டுமே?

அவரது வாழ்க்கை நகர்ந்தது. ஆனால் அவரது விருப்பப்படி அல்ல, அதற்கு எதிராக.

அம்மாவின் மறைவு

இத்தாலியில் இருந்து அவரது தாய் மால்தோனிக்கு உடல் நிலைசரியில்லை, சாகக் கிடக்கிறாள் என்ற தகவல் கிடைத்தது.

சோஷலிஸ்டு கட்சி, கூட்டங்கள், ஆஞ்லிகா எல்லா வற்றையும் மறந்து விட்டு அம்மாவைப் பார்க்க ஓடினார் அவர்.

பிள்ளையை மிக நல்ல நிலையில் வைத்துப் பார்க்க வேண்டும் என்று கனவு கண்டவள் மால்தோனி. ஆனால் நல்ல வேலை கிடைக்காததோடு, திருமணம் கூட செய்து வைக்காமல் இறக்கிறோமோ என்ற வருத்தம் அவளுடைய கண்களில் தெரிந்தது. பெனிட்டோவின் கைகளைப் பிடித்துக் கொண்டாள். கண்களில் இருந்து கண்ணீர் வழிந்தது. பெனிட்டோ நிலைகுலைந்து போனார்.

இப்படி நடக்கும் என்பதை அவர் கொஞ்சமும் எதிர்பார்க்க வேயில்லை.

மவுனமாக அம்மாவைப் பார்த்தபடி அமர்ந்திருந்தார், அன்று இரவு மால்தோனி இறந்து போனாள்.

பாலூட்டி வளர்த்த தாய், மார்பிலும் தோளிலும் சீராட்டி வளர்த்த தாய். தன் மகன் பிரபலமாகவேண்டும், நாடு போற்ற வாழ வேண்டும் என்று பலவிதமான கனவுகளை வளர்த்துக் கொண்ட தாய். எத்தனையோ முறை அவர் தாயின் அரவணைப்பில் தனது கவலைகளை மறந்திருக்கிறார், காயங்களை ஆற்றிக் கொண்டிருக்கிறார். அந்த அற்புதத்தை செய்துவந்த பாசநீரூற்று இப்போது வறண்டு விட்டது என்பதை அவரால் தாங்கிக் கொள்ளவே முடியவில்லை.

கண்களில் கண்ணீர் ததும்பியது, அம்மாவை விட்டு பிரிந்து சுவிட்சர்லாந்துக்குச் சென்றது தவறோ? இத்தனை காலம் அம்மாவைப் பற்றி அதிகம் அக்கறை எடுக்காமல் இருந்து விட்டேனா? என்று அவர் தன்னைத் தானே பலமுறை கேட்டுக் கொண்டார்.

மற்றவர்களுக்கு அவர் முரடனாக, காமப்பித்தனாகத் தோன்றலாம். ஆனால் அம்மாவுக்கு அவர் செல்லப்பிள்ளை அல்லவா? அந்தப் பிள்ளைக்காக மால்தோனி எத்தனையோ துன்பங்களைப் பட்டிருக்கிறாள். பலமுறை தன் கணவரோடு கருத்து மாறுபாடு கொண்டு சச்சரவு செய்திருக்கிறாள். அவளது தீவிர முயற்சியினால் தான் பெனிட்டோ பள்ளிப்படிப்பை பாதியில் நிறுத்தாமல் முடிக்க முடிந்தது. அது மட்டும் அல்ல அவளது சிபாரிசின் பேரில் தான் அவருக்கு முதன் முதலாக ஆசிரியர் வேலையும் கிடைத்தது.

எத்தனை முறை திருப்பித் திருப்பி தான் தவறுகள் செய்த போதிலும் அவற்றை பெருந்தன்மையோடு மன்னித்த அந்த மனித தெய்வத்தின் உயிரற்ற உடலை பார்த்துப் பார்த்து அவர் கதறினார்.

அம்மா என்னை மன்னித்து விடு, உன் கனவுகளை சிதைத்து விட்டேன். உனது நம்பிக்கைகளை நான் சிறுபிள்ளைத் தனமாக தகர்த்து விட்டேன். நான் செய்த குற்றங்களுக்கு ஒரு முறை கூட நீ தண்டித்தது இல்லை. என்னை எப்படியாவது திருத்தி நல்வழிப் படுத்தவே ஆசைப்பட்டாய். பரிவோடு நடந்து கொண்டாய். அந்த அன்பிற்கு முன்னால் நான் தலை குனிகிறேன்.

என் உள்ளமும், உடலும் உனது பெருந்தன்மையின் முன்னால் கூசிக்குறுகி நிற்கிறது. அடுத்தடுத்து நான் செய்த எத்தனையோ துன்பங்களை நீ தாங்கிக் கொண்டாய். அவற்றை பெருந்தன்மையோடு மன்னித்தாய். அம்மா எனக்கு கடவுளிடத்திலும் மறுபிறவியிலும் நம்பிக்கை இல்லை. ஆனாலும் அடுத்த பிறவி என்ற ஒன்று இருந்தால் நானே உனக்குப் பிள்ளையாகப் பிறந்து இந்த நன்றிக் கடனை தீர்க்க வேண்டும் என்று பலமுறை மனத்திற்குள் சொல்லிச் சொல்லி கண்ணீர் சிந்தினார்.

வாழ்க்கையே இருண்டுபோனதாகத் தோன்றியது பெனிட்டோவுக்கு.

அம்மா நீ இருக்கும் வரையில் உன் அருமை தெரியவில்லை உன்னைப் பிரிந்து பல வருடங்கள் இருந்து விட்டேன். ஆனால் இப்போது நீ என்னை விட்டு மறைந்து விட்டாய். இந்த உலகமே என்னை பயமுறுத்துகிறது என்று மனதிற்குள் சொல்லிப் புலம்பினார்.

அவர் பயந்ததைப் போலவே இத்தாலியில் கட்டாய ராணுவசேவை செய்வதற்கான அரசு ஆணை வந்து சேர்ந்தது. ஒரு காலத்தில் ராணுவத்தை வெறுத்தார். ஆனால் இன்றோ அதை விரும்பி ஏற்றுக் கொண்டார். காலம் மனிதர்களை எப்படியெல்லாம் மாற்றுகிறது என்பதற்கு இதுவும் ஒரு சான்று. பெனிட்டோ அன்று இருந்த மனநிலையில் அவருக்கு ராணுவத்தில் பணியாற்ற விருப்பம் இல்லை. ஆனால் இன்று தாயைப் பிரிந்த வருத்தத்தில் உலகமே சூனியமாகி விட்ட துன்பத்தில் அவர் எதையும் ஏற்றுக் கொள்ள தயாராக இருந்தார்.

இந்த வாய்ப்பை அவர் பயன்படுத்திக் கொள்ள நினைத்தார். இருப்பதற்கு இடமும் மூன்று வேளை சாப்பாடும் கிடைப்பதோடு, மாதமாதம் சம்பளமும் வரும். இப்படிப்பட்ட வாய்ப்பை நழுவ விடுவதற்கு அவர் முட்டாளா? அதோடு அவருக்கு ஒரு காலத்தில் ராணுவசேவை வேப்பங்காயாக கசந்தது. ஆனால் இன்று நிலைமை மாறிவிட்டது. காரணம் என்ன?

5

சேவையும் காதலும்

கட்சியின் பணிகளில் தீவிரமாக ஈடுபடவும், பிற்காலத்தில் அரசியல் களத்தில் குதிக்கவும் இந்த ராணுவசேவை பயன்படும் என்று அவர் நம்பினார். ஆகவே காதலியை மறந்து, சோஷலிசக் கட்சிக் கூட்டங்களை மறந்து, 1904ம் ஆண்டு அவர் வேலையில் சேர்ந்து விட்டார். அங்கே சாதாரண சிப்பாயாகவே அவரை சேர்த்துக் கொண்டார்கள். ராணுவத்தில் சேருவதற்காக பயந்து கொண்டு அன்று சுவிட்சர்லாந்துக்கு ஓடினார். ஆனால் இன்று அவரே ராணுவத்தில் சேர்ந்து ஆர்வமுடன் பணியாற்றுகிறார். காலம் ஒரு மனிதனை எப்படி வேண்டுமானாலும் ஆட்டிவைக்கும். இதே பெனிட்டோ எதிர்காலத்தில் உலகையே ஆட்டிவைக்கப் போகிறார் என்பது அவருக்கே அப்போது தெரியாது. இரண்டு வருடங்களுக்குப் பிறகு 1906ம் ஆண்டு இறுதியில் அவர் ராணுவத்தில் இருந்து கட்டாய ஓய்வு பெற்று வெளியேறினார்.

வேலைதேடும் பயணம் தொடங்கியது, அங்கும் இங்கும் அலைந்ததில் மறுபடியும் ஆசிரியராக வேலை கிடைத்தது. அதனால் பெனிட்டோவின் குணம் மாறிவிடுமா?

தேன் நிறைந்த குளத்திலே ஊறிக்கிடந்தாலும் தவளையின் குரல் குயிலின் குரலாக மாறுவது இயற்கையில் நடக்காது அல்லவா? வேலையில்லாத் திண்டாட்டமோ அல்லது தாயின்

மரணமோ இன்னும் ராணுவசேவையோ அவரது தீய குணங்களை மாற்றவேயில்லை. கையில் காசு கிடைத்ததும் மது, மாது என்று சல்லாபத்தில் ஈடுபட்டார். போதாதற்கு ரெய்ச்சல் என்ற பெண்ணுடன் தொடர்பும் உண்டானது.

ஆசிரியப்பணி, ரெய்ச்சலுடன் காதல் களியாட்டங்கள் என்று சில மாதங்கள் சென்றது. ஆனால் பள்ளி நிர்வாகம் இதை பொறுத்துக் கொள்ளுமா? ஒரு நாள் மாலையில் கையில் ஓலையைக் கொடுத்து போய்வா மகனே என்று விரட்டி விட்டார்கள்.

இது அவருக்குப் பழக்கப்பட்டது தான், அவர் பள்ளியில் இருந்து வெளியே வந்தார், வேறு இடங்களில் வேலை தேடினார். ரேய்ச்சலுடன் காதல் கீதம் பாடினார், இருவரும் ஊர் முழுவதும் சுற்றிவந்தனர். ஆனாலும் அவருக்கு திருமணம் செய்து கொள்ள விருப்பம் இல்லை.

இனிமேல் ஆசிரியப் பணி செய்வதில்லை. நீங்கள் என்னடா என்னை ஒதுக்குவது? நானே பள்ளிகளை ஒதுக்கி விடுகிறேன் என்ற திடமான முடிவுக்கு வந்த பெனிட்டோ, மற்ற இடங்களில் வேலை தேடினார்.

இதற்கிடையில் அவர் ஆஸ்திரியாவுக்கும் சென்று கொஞ்ச காலம் வேலை பார்த்தார். ஒரு பத்திரிகையில் ஆசிரியராக இருந்தார். ராணுவத்தையும், அரசாங்கத்தையும் எதிர்த்துக் கருத்துக்களை வெளியிட்டார், அதன் பலனாக வெளியேற்றப்பட்டார்.

பத்திரிகை அலுவலகத்தில்

மாலை நேரங்களில் பொதுவுடமைக் கூட்டங்களில் தவறாமல் கலந்து கொண்டார். வாய்ப்பு கிடைத்தபோது பேசினார்.

1909ம் வருடம் பிப்ரவரி மாதத்தில் இத்தாலியில் உள்ள ட்ரேனடோ என்ற இடத்தில் ஒரு பத்திரிகை அலுவலகத்தில் அச்சுக் கோர்க்கும் வேலை கிடைத்தது. பத்திரிகையின் பெயர் Future of worker என்பது. அவர் அந்தப் பணியை மிகவும் ஈடுபாட்டோடு செய்தார். ஏராளமான தகவல்களை சேகரித்தார். சில மாதங்களுக்குப் பிறகு அந்த வேலையை விட்டு வேறு ஒரு பத்திரிகை அலுவலகத்தில் சேர்ந்தார். சில நாட்களுக்குப் பிறகு அவருடைய தந்தை இறந்து போனார்.

இது பெனிட்டோவுக்கு பேரிழப்பாக இருந்தது. கொள்கை அளவில் அவருக்கு குருவாக இருந்தவர் தந்தைதான். அவருடைய கருத்துக்களின் அடிப்படையில் தான் பெனிட்டோவின் இளமைக் கால திட்டங்கள் அமைக்கப்பட்டிருந்தன. கடவுள்மறுப்பு, மத எதிர்ப்பு, சோஷலிச ஆதரவு போன்றவற்றை அவர் தன் தந்தையின் மூலமாக கற்றார். இப்போது அவருடைய மறைவு தாளமுடியாத துக்கத்தையும், சூனியத்தையும் ஏற்படுத்தியது.

தந்தை இருந்து மறைந்த வெற்றிடத்தை எதைக் கொண்டு நிரப்புவது என்று பயந்தார் பெனிட்டோ. தனது கவலைகளை துன்பங்களை மறக்க மதுவின் உதவியை நாடினார். கூடவே தனது பணிகளில் தீவிர கவனம் செலுத்தினார்.

அச்சுக்கோர்க்கும் பணியோடு சின்னச் சின்ன கட்டுரைகள் எழுதி பத்திரிகையின் மூலமாக வெளியிட்டார்.

மக்களிடம் அவருடைய கட்டுரைகளுக்கு நல்ல வரவேற்பு இருந்தது. பெரிய புரட்சி ஆவலை ஏற்படுத்த முடிந்தது. இதன் காரணமாக அவருடைய பத்திரிகையின் சர்க்குலேஷன் உயர்ந்தது, மேலும் மக்களின் ஆதரவும் பெருகியது. அவர் அரசியலை மட்டும் விமர்சனம் செய்யாமல் ஆன்மீகத்தையும் தாக்கி எழுதினார். இந்தக் கட்டுரைகளை கிறித்துவ சபைகள் எதிர்த்தன. ஆதரவும், கண்டனமும் அதிகமாகியது. பெனிட்டோ விரும்பியதும் அதைத்தானே. எப்படி யாவது மக்களின் மத்தியில் புகழ்பெறுவதே அவருடைய நோக்கமாக இருந்தது. ஆகவே கிடைத்த இந்த வாய்ப்பை நழுவ விடாமல் அவர் பயன்படுத்திக் கொண்டார்.

பெனிட்டோவின் அந்தரங்கம்

நாட்கள் கடந்தன, அவர் பெயர் பிரபலமாகியது. இதற்கிடையில் அவருக்குப் பல பெண்களின் தொடர்பு ஏற்பட்டது. ரெய்ச்சல் தன்னை திருமணம் செய்து கொள்ளச் சொல்லி வற்புறுத்தி வந்தார். அவருக்கு போக்கு காட்டிவிட்டு ஐடா டால்சர் என்ற அழகுப் பெண்ணோடு கைகோர்த்துக் கொண்டு சுற்ற ஆரம்பித்திருந்தார். இது மட்டும் அல்ல அவருடைய இன்னொரு தோழியான பெர்னாண்டாவுக்கு திருமணம் ஆகி குழந்தை இருந்தது. இவ்வாறு அவர் பிரசாரத்தில் பலமாக ஈடுபட்டிருந்தபோதிலும் காதல் காவியத்தையும் கருத்தூன்றி கற்றுவந்தார். அவரது குணாதிசயங்களை அறிந்திருந்த போதிலும் பெண்கள் அவர் மீது காதல் கொண்டு பழகிவந்தது நம்மை ஆச்சரியப்படுத்துகிறது. அவர் எந்தப் பெண்ணையும் பலாத்கார

முறையில் அடக்கி காதல் செய்யவில்லை. அவர்களது விருப்பத்தின் பேரிலேயே பழகி வந்தார் என்பது ஆச்சரியமான உண்மை. அதற்கெல்லாம் மச்சம் வேண்டும்பா... என்று யாரோ புலம்புவது காதில் விழுகிறது.

பத்திரிகை துறையில் போதுமான அனுபவம் கிடைத்து வந்தது, அவரும் தனது கருத்துக்களை எழுதிக் குவித்து வந்தார். இப்படியே போய்க்கிட்டு இருந்தால் எப்படி? என்ற எண்ணம் தோன்றியது.

யாருக்காகவோ இரவு பகலாக உழைத்து கட்டுரைகளை எழுதி, மக்களின் மனத்தில் இடம் பிடிப்பது மட்டும் போதாது. இனிமேல் தனக்கென்று சொந்தமாகவே ஒரு பத்திரிகையை தொடங்கி புகழடைய வேண்டியது தான் என்ற முடிவுக்கு வந்தார். அவருக்கு உதவி செய்ய நண்பர்கள் பலர் காத்திருந்தனர், பெண்களின் பேராதரவும் இருந்தது, ஆகவே தைரியமாக சோஷலிசப் பார்வையில் டெரண்டினோ என்ற பெயரில் ஒரு நாளிதழை ஆரம்பித்தார்.

ஏராளமான கட்டுரைகள் எழுதினார், சர்ச்சைகளை ஏற்படுத்த வேண்டும், மக்களின் கவனத்தை தன் மீதே பதிய வைத்துக் கொள்ள வேண்டும், கொள்கை என்ற பெயரில் எதையாவது சொல்லிக் கொண்டிருக்க வேண்டும் என்பது தான் அவருடைய பெருவிருப்பம். அவைகள் சொந்த பத்திரிகையின் மூலமாக நிறைவேறிவிட்டது என்றே சொல்ல வேண்டும்.

இது நாள் வரையில் அவருக்குள் தூங்கிக் கொண்டிருந்த புரட்சி எழுத்தாளன் இப்போது விழித்துக் கொண்டு எழுதித் தீர்த்தான். தனது கருத்துக்களையும், சிந்தனைகளையும், தான் நம்பும் தத்துவங்களையும் குறித்து அவர் கட்டுரைகள், கதைகள், நாவல்கள் என்று எழுதிக் குவித்தார்.

சர்ச்சைகள் எழுந்தன, கண்டனக் குரல்கள் ஒலித்தன, போராட்டங்கள் ஆரம்பித்தன.

ஆஹா நான் நினைத்தது அத்தனையும் நடக்க ஆரம்பித்து விட்டது. இனிமேல் நான் உலகப் புகழ் பெறுவதை யாராலும் தடுக்க முடியாது என்ற நம்பிக்கையோடு உற்சாகமாக இருந்தார் பெனிட்டோ.

ஆவேச எழுத்துக்கள்

1912 ம் ஆண்டு வடஆப்பிரிக்காவில் உள்ள லிபியாவின் மீது இத்தாலி தாக்குதலை நடத்தியது. இதற்கு சோஷலிஸ்டு கட்சியினர் எதிர்ப்பு தெரிவித்தனர். அந்தக் கட்சியில் ஆர்வம் மிகுந்து பல கூட்டங்களில் கலந்துகொண்டு பேசிய பெனிட்டோ இந்த வாய்ப்பை நழுவ விடுவாரா? அவர் இத்தாலிய அரசுக்கு எதிராக தலையங்கம் எழுதினார். இத்தாலி நடுநிலை தவறி லிபியாவின் மீது படையெடுக்கிறது. இதனால் அதற்கு லாபம் அதிகம் இல்லை என்று தனது பத்திரிகையில் ஆவேசமான கட்டுரைகளை எழுதி வெளியிட்டார்.

இதற்கு சோஷலிஸ்டு கட்சியினர் பெரிதும் ஆதரவு தெரிவித்தனர். மேலும் இளைஞர்கள் அவரது எழுத்துக்களை விரும்பிப் படித்தனர்.

பெனிட்டோ தனது நண்பர்களுடன் சேர்ந்து கொண்டு கண்டனக் கூட்டங்கள் நடத்தினார், போராட்டத்தில் ஈடுபட்டார். இதன் காரணமாக சிறையில் அடைக்கப்பட்டார். ஆனால் நீதி மன்றத்தில் தனது வாக்குசாதுர்யத்தினால் வழக்கறிஞர்களை அயர வைத்தார். சில மாதங்கள் தண்டனையை அனுபவித்துவிட்டு வெளியே வந்தார்.

சிறையில் இருந்து வெளியே வந்த அவரை இளைஞர்கள் பலரும், நண்பர்களும், பத்திரிகை துறையை சார்ந்தவர்களும் பெருமளவில் வந்து வரவேற்றனர். மாலை அணிவித்து மரியாதை செலுத்தினர்.

அவருக்கே ஆச்சரியம் தாளவில்லை. ஏதாவது ஆள்மாறாட்டம் நடந்து விட்டதா? யாருக்கோ போட வேண்டிய மாலையை எனக்குப் போடுகிறார்களா? என்று சந்தோஷத்தில் குழம்பிப் போனார்.

ஆனால் அவர்கள் அனைவரும் சோஷலிச ஆதரவாளர்கள், அவரது எழுத்தைப் படித்துவிட்டு அவர் மீது அன்பும் மரியாதையும் கொண்டவர்கள் என்பதை தெரிவித்தனர். தனது எழுத்தின் மூலம் கிடைத்த இந்த வரவேற்பும், மரியாதையும் அவரை ஆச்சரியப்பட வைத்தன. அவருக்கு மேலும் ஒரு இன்ப அதிர்ச்சி காத்திருந்தது.

6

அவந்தியின் ஆசிரியர்

சோஷலிச மேலிடம் அவரது நடவடிக்கைகளை கவனித்துக் கொண்டிருந்தது அல்லவா? அவர்களது பத்திரிகை ஒன்றில் பணிபுரிய அது பெனிட்டோவுக்கு அழைப்பு விடுத்தது.

ஆஹா அதற்கென்ன சரி என்ற பெனிட்டோ மறுநாளே 1912ம் வருடம் டிசம்பர் முதல் நாள் அவந்தி என்ற பத்திரிகையின் பதிப்பாசிரியராக பொறுப்பேற்றுக் கொண்டார்.

அவரது எழுத்துக்கள், கருத்துக்கள் ஆகியவை புதிய பொலிவோடு அவந்தி பத்திரிகையில் வெளியாக ஆரம்பித்தன. நாளுக்கு நாள் ஆவேசத்தோடு தனது கருத்துக்களை எழுதினார் அவர். இதனால் அவரது பெயர் சாதாரண மக்கள் முதல் அரசியல் தலைவர்கள் வரையில் அத்தனை பேருக்கும் தெரிந்த பெயராக மாற ஆரம்பித்தது.

மக்களிடையே குறிப்பாக இளைஞர்களிடையே அவரது கருத்துக்களுக்கு நல்ல வரவேற்பு இருந்தது. இதனால் பத்திரிகையின் சர்க்குலேஷனும் எகிறியது. அவந்தி பத்திரிகை இதற்கு முன்னால் இருபதாயிரம் பிரதிகளே விற்பனையானது. ஆனால் சரவெடி போன்ற கருத்துக்களும், அணுகுண்டு போன்ற புரட்சி வாசகங்களும் கொண்ட பெனிட்டோவின் கட்டுரைகளினால் அதன் விற்பனை எண்ணிக்கை ஒரு இலட்சமாக உயர்ந்தது.

ஏராளமாக சிந்தித்த அவர் தனது இயற்பெயரான பெனிட்டோ என்ற பெயரில் மட்டும் இல்லாமல், வீரோ எரிடிகோ என்ற புனைபெயரிலும் கட்டுரைகளை எழுதி வெளியிட்டார். அவருக்கு கிறித்துவ மதம் பிடிக்காது. ஆகவே அதை கிண்டல் செய்து தகவல்கள் வெளியிடுவதில் அவர் தயக்கம் காட்டியதேயில்லை. மதக் கொள்கைகளை கண்டிக்கவும், கிண்டல் செய்யவும் அவர் நீட்ஷேவின் கருத்துக்களையே அடிப்படையாகக் கொண்டார்.

எழுத்துப் பணிகள் மிக அதிகமாக இருக்கவே அதை பகிர்ந்து கொள்வதற்கு ஒரு துணையாசிரியர் தேவைப்பட்டார். உடனே பெனிட்டோவுக்கு தனது காதலி ஆஞ்சலிகா நினைவுக்கு வரவே அவருக்கு அழைப்பு விடுத்தார். அவரும் வந்து சேர்ந்தார். புரட்சிக் கருத்துக்களுக்கு இடையே மோகன காவியத்தையும் விடாமல் வாசிக்கும் திறமை பெனிட்டோவுக்கு இருந்ததை இது போன்ற நிகழ்ச்சிகள் எடுத்துரைக்கின்றன. இப்படியாக அவர் ரெய்ச்சல், ஆஞ்சலிகா, ஐடா டால்சர் ஆகிய மூன்று பெண்களுடனும் ஒரே நேரத்தில் நெருக்கமாக இருந்து காதலும், கனல் பறக்கும் எழுத்துக்களுமாக வாழ்க்கையை உல்லாசமாக கழித்தார். அவருக்கு அப்போது வயது 29.

முதல் உலகப்போர்

1914 ம் ஆண்டு தொடங்கிய முதல் உலகப்போர் ஏறத்தாழ நான்கு வருடங்கள் நடைபெற்றது. அந்தப் போர் உலக வரைபடத்தையே மாற்றி எழுதும் அளவிற்கு மோசமான விளைவுகளை, சேதங்களை ஏற்படுத்தியது. ஆனால் அந்த யுத்தம் ஆரம்பித்தபோது அது முதல் உலகப்போர் என்ற பெயரில் ஆரம்பிக்கவில்லை. அது மிகச் சாதாரணமாக ஆஸ்திரிய இளவரசருக்கும், செர்பிய போராளி களுக்கும் இடையே ஏற்பட்ட மோதல் தான். தங்கள் இளவரசரைக் கொன்றதற்கு கோபம் கொண்டு ஆஸ்திரியப்படை ஒன்று செர்பியப் பகுதிக்கு ஹங்கேரியில் இருந்து சென்றது.

இந்த சிறிய போராட்ட விதை பிற்காலத்தில் மிகப் பெரிய யுத்தமாக வடிவெடுக்கப்போகிறது என்பது யாருக்குமே அன்று தெரியாது. எல்லா வல்லரசுளுக்கும் மனத்துக்குள் இருந்த நாடு பிடிக்கும் ஆசை இந்த சமயத்தில் வெளிப்பட்டது. ஒவ்வொரு நாடும் ஆஸ்திரியாவுக்கு ஆதரவாகவும், எதிராகவும் போர்க்கொடி உயர்த்தின. ஆஸ்திரியாவை எதிர்த்து பிரிட்டனும், பிரான்சும் கைகோர்த்துக் கொண்டன. ஆஸ்திரியாவுக்கு எங்கள் ஆதரவு எப்போதும் உண்டு என்று குரல் கொடுத்து ஜெர்மனி, பல்கேரியா,

ஒட்டமான், துருக்கி பேரரசு ஆகியவை ஆதரவு அணி சேர்த்து ஒன்று திரண்டன. இதில் உண்மையாக யாருக்கும் ஆஸ்திரியாவின் நன்மை தீமையில் அக்கறை இல்லை. எரியும் வீட்டில் பிடுங்கின வரையில் லாபம் என்ற நோக்கத்தில் தான் நாடுகள் பற்றில்லாமல் ஒன்று சேர்ந்து தங்களது நாடு பிடிக்கும் திட்டத்தை கடைப்பிடித்தன. மெல்ல மெல்ல போர் உக்கிரமாக மாறத்தொடங்கியது.

இந்த நிலையில் நாம் பிரிட்டோ இருந்த இத்தாலியைப் பற்றிப் பார்க்கலாம். போரின் தொடக்கத்தில் இத்தாலி யாரையும் ஆதரிக்கும் மனநிலையில் இல்லை. நரி வலமாக போனால் என்ன? இடமாகப்போனால் என்ன நம்மை பிடுங்காமல் போனால் சரி என்ற மனோபாவமே அதற்குக் காரணம். 1913ம் வருடம் ஆகஸ்டு மாதம் 3 ம் நாள் இத்தாலியின் அரசு அறிக்கை ஒன்று வெளியிட்டது. அதில் இத்தாலி இந்த உலகப்போரை பொறுத்தவரையில் யாருக்கும் தங்கள் ஆதரவை தெரிவிக்காமல் நடுநிலை வகிக்கப் போவதாக குறிப்பிடப்படடிருந்தது.

ஆனால் அப்படியே இருக்க முடியாமல் ஒரு நெருக்கடி உண்டாயிற்று.

பிரிட்டனும் பிரான்சும் ஒரு ரகசிய ஒப்பந்தத்திற்கு இத்தாலிக்கு ஆசைகாட்டி தூண்டில் போட்டன.

இதோபார் நீங்கள் எங்களுக்கு இந்த போரில் ஆதரவாக இருந்தால், டைலோன், ஹிஸ்டியா, டால்மிஷியா மற்றும் அல்பெனியா மற்றும் ஜெர்மனியின் காலனி நாடுகளை உங்களுக்கு தருகிறோம் என்றனர். இந்தபேரத்திற்கு இத்தாலி மகிழ்ச்சியோடு சம்மதித்தது. யாருடனும் கூட்டு சேராமல் சும்மா இருந்தால் இத்தனை நாடுகள் கிடைக்குமா? இந்தப்போரில் களமிறங்கியது போலவும் ஆயிற்று, இத்தாலியப் படைகளுக்கு ரிகர்சல் கொடுத்தது போலவும் ஆயிற்று என்று அது சந்தோஷப்பட்டு தன்னைத்தானே மெச்சிக்கொண்டது.

திடீர் பல்டி

முதல் உலகப்போரின் முடிவுகள் எப்படி இருக்கும்? யாருக்கு சாதகமாக முடியும் என்று ஒருவருக்கும் தெரியாத நிலையில் இத்தாலி போரில் ஈடுபடாமல் நடுநிலை வகிக்க வேண்டும் என்றே பெனிட்டோ கருதினார். அவர் தனது பத்திரிகையில் இந்த கருத்துக் களுக்கு வலுசேர்க்கும் விதமாகவே கட்டுரைகள் எழுதி வெளியிட்டார்.

மேலும் இந்தப் போரில் கலந்து கொள்வதால் இத்தாலியின் பொருளாதாரநிலை பெரிதும் பாதிப்புக்கு உள்ளாகிவிடும். மக்கள் பசி பஞ்சம் பட்டினி ஆகியவற்றை அனுபவிக்க வேண்டிவரும், தொழில்களில் தேக்கநிலை உண்டாகும், உற்பத்தி குறையும் என்று சோஷலிஸ்டு கட்சியினர் பிரசாரம் செய்து தங்கள் எதிர்ப்பைத் தெரிவித்தனர்.

ஆச்சரியப்படத்தக்க விதமாக மக்கள் வேறுவிதமாக யோசித்தனர். அவர்களுக்கு முதல் உலகப்போரில் பிரிட்டன் பிரான்ஸ் நிச்சயமாக வெற்றி பெறும் என்ற நம்பிக்கை இருந்தது. அந்த வெற்றியின் மூலமாக இத்தாலிக்கு பல நன்மைகள் கிடைக்கும். உற்பத்தி வேலை வாய்ப்புக்கள் பெருகும் என்று நம்பினர். இதனால் சோஷலிஸ்டு கட்சியினரின் பிரசாரத்திற்கு எதிராக கோஷங்கள் எழுப்பினர், அவர்களை கண்டித்தனர். இப்போது பெனிட்டோவின் பாடு திண்டாட்டமாகிவிட்டது.

அவர் மக்களின் ஆதரவை பெற்றே பத்திரிகையை நடத்த வேண்டிய கட்டாயத்தில் இருந்தார். முதலில் அவர் தனது பத்திரிகையில் உலகப்போரை ஆதரிக்காமலேயே எழுதினார். ஆனால் இப்போது மக்கள் போருக்கு ஆதரவு தெரிவித்து குரல் கொடுக்க ஆரம்பித்து விட்டனர். பத்திரிகையில் ஏற்கெனவே எதிர்ப்புத் தெரிவித்து எழுதிவிட்டு இப்போது மக்களின் மனநிலையைக் காரணம் காட்டி போருக்கு ஆதரவு தெரிவித்து எழுத முடியாது. தர்மசங்கடமான நிலையில் அவர் மாட்டிக்கொண்டார்.

இது வரையில் அவர் பத்திரிகையில் தனது சொந்தக் கருத்துக்களையே எழுதி வந்தார். அதில் ஒன்று தான் இத்தாலி முதல் உலகப்போரில் கலந்து கொள்ளக்கூடாது என்பது. ஆனால் மக்கள் அதை எதிர்க்கின்றனர். மக்களுடைய கருத்துக்கு எதிராக எழுதினால் பத்திரிகை படுத்துவிடும். வேலையும் போய்விடும். ஆகவே,

கொள்கையா? சாப்பாடா? எது முக்கியம் என்ற பிரம்மாண்டமான கேள்வி அவர் முன்னே எழுந்து கோர தாண்டவம் ஆடியது.

எழுதியதை மறுத்து எழுதாவிட்டால் பத்திரிகையை நடத்துவது கடினம், அதோடு மக்களின் அதிருப்திக்கும் ஆளாக வேண்டும், வருமானமும் போய்விடும். இவையெல்லாம் தேவையா? ஆகவே அவர் தனது கொள்கையை விட்டுக் கொடுக்க முன்வந்தார்.

மக்களின் ஆதரவு பெறவேண்டும். அவரது பத்திரிகைக்கு அது மிகவும் அவசியம். அதைவிட வளர்ந்து கொண்டு வரும் அவருக்கு

வேணு சீனிவாசன்

மிக மிக அவசியம். மக்களுக்கு எதிரான கருத்துக்களை வைத்துக் கொண்டு பெரிய அரசியல் தலைவராக முடியாது என்பதை அவர் அறியாதவர் அல்ல. ஆகவே தனது அவந்திப் பத்திரிகையில் போருக்கு ஆதரவான கருத்துக்கள் கொண்ட கட்டுரைகளை வெளியிட ஆரம்பித்தார்.

1914ம் ஆண்டு செப்டம்பர் மாதம் அவர் இத்தாலி ஆதரவு தெரிவிக்கும் நாடுகளைப் பற்றியும் அவற்றின் நோக்கங்கள் பற்றியும் அதில் உள்ள நியாயத்தைப் பற்றியும் எழுதினார். நான் ஏன் இத்தாலி உலகப் போரில் கலந்து கொள்ளக்கூடாது என்று எழுதினேன் தெரியுமா? என்று தன்னிலை விளக்கம் கொடுத்து முன்பு சொன்னவற்றை மறுத்து எழுத ஆரம்பித்தார்.

இதைப் படித்த சோஷலிஸ்டு ஆதரவாளர்கள் முகம் சுளித்தனர். என்ன இந்த ஆள் இப்படி திடீரென்று பல்டி அடிக்கிறாரே என்று எரிச்சல் அடைந்தனர். அவரைக் கண்டித்தனர்.

யாரை நம்பி நான் பொறந்தேன்?

இவர் முன்னுக்குப் பின் முரணாகப் பேசியும் எழுதியும் வருகிறார்.

சோஷலிச சித்தாந்தத்திற்கு நேர் எதிரான பாதையில் நடக்கிறார்.

கட்சியின் கருத்துக்கு எதிர்ப்பு தெரிவிக்கிறார். ஆகவே அவரைக் கட்சியில் இருந்து நீக்கவேண்டும் என்றனர்.

இதுபோன்ற நிலையை எதிர்பார்த்த பெனிட்டோ தயாராக ஒரு அஸ்திரத்தை வைத்திருந்தார்.

நான் செய்வது தவறு என்றால் கட்சியின் உயர்மட்டக் குழுவை கூட்டி முடிவெடுங்கள்... என்னை வெளியேற்றுங்கள் என்று பகிரங்கமாக எழுதவும் பேசவும் ஆரம்பித்தார். அது அத்தனை எளிதல்ல என்பதும் இதையெல்லாம் யாரும் முன்வந்து பொறுப் பெடுத்துக் கொண்டு செய்யமாட்டார்கள் என்றும் பெனிட்டோவுக்குத் தெரியும். ஆகவே ஏதோ கத்துபவர்கள் கத்திக் கொண்டு போகட்டும் என்று அவர் அப்படியொரு அதிரடி அறிக்கையை வெளியிட்டார்.

பெனிட்டோவின் அறிக்கைகள் கட்சியின் மேலிடத்தில் பெரிய பரபரப்பை ஏற்படுத்தியது, இந்த ஆளை வெளியேற்றுங்கள் என்று சிலர் ஆத்திரப்பட்டனர்.

மேலும் சிலர், ஏ அப்பா இவருக்கு அசாத்திய துணிச்சல் மேலிடத்திற்கே சவால் விடுகிறாரே சரக்கு இல்லாமலா இருக்கும் என்று பேசி ஆதரித்தனர். அவருடைய நல்லகாலமோ என்னவோ மேலிடம் உயர்மட்டக் குழுவை கூட்டவும் இல்லை அவரை விசாரிக்கவும் இல்லை.

ஆனால் இது கொஞ்ச நாளைக்குத்தான், சில மாதங்களுக்குப் பிறகு அவரை அவந்தி பத்திரிகை ஆசிரியர் பதவியில் இருந்து துரத்தி விட்டார்கள். அதுமட்டும் அல்ல சோஷலிஸ்டு கட்சியினர் உறுப்பினர் பதவியிலிருந்தும் வெளியேற்றப்பட்டார்.

ஆனால் அவருக்கு மக்கள் மத்தியில் நல்ல செல்வாக்கு இருந்தது. ஏராளமான இளைஞர்கள் அவரது கருத்துக்களினால் கவரப்பட்டிருந்தனர். சோஷலிஸ்டு கட்சியினர் அவரிடம் நடந்து கொண்ட முறையை எதிர்த்து கண்டனக்குரல்கள் எழுந்தன, மக்கள் ஆர்ப்பாட்டம் செய்தனர், ஏராளமான எண்ணிக்கையில் இளைஞர்கள் சோஷலிஸ்ட் கட்சியில் இருந்து விலக ஆரம்பித்தனர்.

பெனிட்டோவுக்கே இது ஆச்சரியத்தை ஏற்படுத்தியது, அடேங்கப்பா இத்தனை ஆதரவு எனக்கு இருக்கிறதா? எனக்கு இத்தனை நாள் தெரியாமல் போய்விட்டதே? என்று ஆச்சரியப் பட்டுப்போனார்.

யாரை நம்பி நான் பொறந்தேன் போங்கடா போங்க என்று பாட்டுப்பாடாமல் கட்சி அலுவலத்தில் இருந்து வெளியே வந்தார்.

பத்திரிகையில் இருந்து வெளியேற்றிவிட்டார்கள், கட்சியில் இருந்தும் தூக்கிவிட்டார்கள். இப்போது என்ன செய்வது?

பெனிட்டோ யோசித்தார், அவர் முன்னால் இரண்டு வாய்ப்புக்கள் இருந்தன.

ஒன்று மீண்டும் ஒரு பத்திரிகையை ஆரம்பிப்பது. இது அவருக்குத் தெரிந்த தொழில், அனுபவப்பட்ட துறை. தனக்கு மனத்தில் தோன்றிய கருத்துக்களை யாருக்கும் பயப்படாமல் வெளியிட வாய்ப்பு இருக்கும். ஏற்கெனவே இந்த துறையில் சம்பாதித்து வைத்திருக்கும் பெயரும் புகழும் பத்திரிகையை சிறப்பாக நடத்தவும், மக்களிடையே கொண்டு செல்லவும் பெரிதும் உதவும். அதோடு கொஞ்சம் பணமும் பார்க்கலாம்.

இரண்டாவது புதிய கட்சி ஆரம்பிப்பது அல்லது இருக்கின்ற ஏதாவது ஒரு கட்சியில் நுழைந்து வளர்வது. இதுவும் அவருக்கு பிடித்தமானது சுலபமானது. அரசியலிலும் அவரால் நன்றாக புகழ் பெற முடியும். ஒரு ஆட்டம் ஆடலாம்.

ஆனால் பெனிட்டோ இந்த இரண்டு வழிகளையும் விடுத்து மூன்றாவதாக ஒரு வழியைத் தேர்ந்தெடுத்தார்.

அதன் பெயர் இராணுவம்.

7

பேனா வேண்டாம் துப்பாக்கியே துணை

குண்டு பாய்ந்ததா?

பெனிட்டோ இப்போதைய சூழ்நிலைக்கு பேனா பிடித்து கட்டுரைகளை எழுதினால் மட்டும் போதாது. அது தனது எதிர் காலத்திற்கு சரியான அடித்தளம் அமைத்துத் தராது என்று நினைத்தார். ஆகவே பத்திரிகை ஆசிரியர் பதவியை துறந்துவிட்டு 1915 ம் ஆண்டு ராணுவத்தில் சேர்ந்து துப்பாக்கியை ஏந்தினார். இத்தாலி கட்டாய ராணுவத்தை அமலாக்கியது அதை தனக்குச் சாதகமாகப் பயன்படுத்திக் கொண்டார் அவர்.

முகாம்களில் தனது சக தோழர்களுடன் சகஜமாகப் பழகினார். பழைய விஷயங்களை காட்டிக் கொள்ளாமல் இருந்தார். தான் ஒரு பத்திரிகை ஆசிரியராக இருந்து ராணுவத்தை விமர்சித்ததோ, அரசாங்கத்தை ஆதரித்ததோ, தற்போது கட்சி மாறி அரசாங்கம் செய்வது சரி என்ற ரீதியில் கட்டுரைகள் எழுதித் தள்ளியதோ வெளியே தெரியாமல் வெகு ஜாக்கிரதையாகப் பார்த்துக் கொண்டார்.

இந்த விஷயம் வெளியே தெரிந்தால் ஆபத்து. இவன் இத்தாலிக்கு எதிரானவன் என்ற எண்ணம் சக வீரர்களிடையே ஏற்பட்டுவிட்டால் சந்தேகக் கண்கொண்டு பார்ப்பார்கள். அவர் செய்யும் ஒவ்வொரு காரியத்திலும் குறை கண்டு பிடிப்பார்கள். ஒவ்வொன்றுக்கும்

தடைகள் ஏற்படுத்துவார்கள். அவரது கருத்தை எதிர்ப்பார்கள் ஆகவே அவர் மவுனசாமியாராக மாறிவிட்ட பழைய திருடன் போல தனது கடந்த கால வாழ்க்கையைப் பற்றி வாயே திறக்காமல் பயிற்சிகளை செய்து வந்தார்.

இப்படியாக இரண்டு வருடங்கள் ஓடின. 1917ம் ஆண்டு போரட்டத்தில் குண்டடி பட்டுவிட்டது. அவர் இதைக் காரணமாக வைத்துக்கொண்டு மருத்துவ மனைக்கு வந்து சேர்ந்தார். இரண்டு அல்லது மூன்று மாத சிகிச்சைக்குப் பிறகு அவர் நலமடைந்தார். ஆனால் முன்போல ராணுவத்தில் வேலை செய்ய முடியவில்லை. உடல் ஒத்துழைக்க மறுத்தது, எனவே அவர் வெளியேற்றப் பட்டார்.

அவருக்கு குண்டடி எதுவும் படவில்லை, விஷக் காய்ச்சல் தான் வந்தது. அவர் அந்த விஷயத்தை சற்று கண் காது மூக்கு வைத்து அலங்காரம் செய்து வீரப்போர் செய்து விழுப்புண் பட்டதாக மிகைப் படுத்தி தனது சுயசரிதையில் எழுதி விட்டார் என்ற புகாரும் உண்டு.

1917ம் ஆண்டு குளிர்காலத்தில் பெனிட்டோவின் படைகள் ஒரு புது விதமான கனரக துப்பாக்கியைப் பரிசோதனை செய்து கொண்டிருந்தன. அது எதிர்பாராத நேரத்தில் வெடித்து விட்டது. இதனால் ஏற்பட்ட விபத்தில் அவரது உடம்பில் நாற்பது உலோகத் துகள்கள் புகுந்து விட்டன. அவைகளை நீக்குவதற்காகத்தான் அவர் மருத்துவமனையில் நீண்ட காலம் அனுமதிக்கப்பட்டார் என்ற குறிப்பும் கிடைக்கிறது.

எப்படியிருந்தாலும் அவர் ராணுவ சேவை செய்து அதில் இருந்து வெளியே வந்து விட்டார் என்ற அளவில் இந்த தகவல் உண்மைதான்.

சரி வெளியே வந்தாகிவிட்டது அடுத்து என்ன?

இது வரையில் சாப்பாட்டிற்கோ, தங்குமிடத்திற்கோ குறை வில்லாமல் ராணுவசேவை பார்த்துக்கொண்டது, இனிமேல்? என்ற கேள்வி பிரம்மாண்டமாக எழுந்தது.

அதனால் என்ன?

இருக்கவே இருக்கிறது பத்திரிகை தொழில் என்ற முடிவுக்கு வந்த பெனிட்டோ பீப்பிள்ஸ் ஆப் இத்தாலி என்ற பத்திரிகையை ஆரம்பித்தார். போரில் நேரடியாக கலந்து கொள்ள முடியவில்லை என்றால் என்ன? அதற்காக ராணுவத்தை அம்போ என்று விட்டு விடமுடியுமா? பெனிட்டோ அப்படிப்பட்டவர் அல்ல. ஆகவே அவர் ராணுவத்தின் மகத்தான சேவை குறித்து பக்கம் பக்கமாக கட்டுரைகள் எழுதித் தள்ளினார். ராணுவ வீரர்களின் முக்கியத்துவம், ராணுவசேவையினால் நாட்டுக்கு ஏற்படும் நன்மைகள் என்று அதன் அழகான முகத்தை மட்டுமே தனது பத்திரிகையின் மூலமாக மக்களுக்கு அறிமுகப்படுத்தினார். இதனால் ராணுவத்தின் மீதும் அதில் பணிபுரியும் வீரர்கள் மீதும் மக்களுக்கு மதிப்பும் மரியாதையும் அதிகரித்தது. அது மட்டும் அல்ல ஏராளமான எண்ணிக்கையில் முன்னாள் ராணுவ வீரர்கள் அவருடன் தொடர்பு கொண்டு அவரது சேவையைப் பாராட்டினார்கள். அவருடைய நட்பு எல்லை விரிந்தது.

ஏமாந்து போன இத்தாலி

இந்த நிலையில் முதல் உலகப்போர் முடிவுக்கு வந்தது, மக்கள் எதிர்பார்த்த படியே இத்தாலியின் கூட்டணி நாடுகளுக்கு வெற்றி கிடைத்தது. வெற்றி மட்டுமா கிடைத்தது? ஏராளமான நஷ்டமும் இருந்தது. வெற்றி என்றால் ரணங்களையும் சேர்த்துத்தானே ஆகவே இத்தாலி இந்தப் போரில் லட்சக்கணக்கான வீரர்களை பலி கொடுத்துவிட்டது. அது மட்டும் அல்லாமல் இரண்டு இலட்சம் வீரர்களுக்கு மேல் இந்தப் போரினால் படுகாயம் அடைந்திருந்தனர்.

அவர்களுக்கு மாற்று உறுப்பு பொருத்துவது, சிகிச்சை அளிப்பது, இடிந்து போன கட்டடங்களை புதிதாக நிர்மாணிப்பது, அழிந்துபோன விளைநிலங்களை மீட்டெடுப்பது, முடங்கிப்போன தொழில்வளர்ச்சியை அபிவிருத்தி செய்வது என்று ஏராளமான பணிகள் காத்திருந்தன. போதாதற்கு தொற்று நோய்களும், விஷக்காய்ச்சலும் பரவி மக்களை உறிஞ்சியது. மருத்துவ செலவுக்கே பல கோடிகள் பணம் தேவைப்பட்டது.

இதன் காரணமாக பொருளாதார நிலை அதலபாதாளத்திற்கு போயிருந்தது. ஏற்கெனவே வேலையில்லா திண்டாட்டமும், உற்பத்திக் குறைச்சலும் இத்தாலியை நெருக்கிக் கொண்டிருந்த நேரத்தில் இத்தனை சங்கடங்களும் சரமாரியாக தாக்கின. வெற்றி

பெற்றுவிட்டோம் என்ற ஒரே ஒரு ஆறுதல் மட்டுமே மக்களுக்கு நம்பிக்கை நட்சத்திரமாக வலுகொடுத்தது. அதை வைத்துக் கொண்டு ஆறுதல் வேண்டுமானால் அடையலாம். ஆனால் பசிக்கும் வயிற்றுக்கு சோறு கிடைக்குமா?

வெற்றி பெற்றதால் ஒப்பந்தப்படி கூட்டணி நாடுகள் தேவையான அளவிற்கு பொருள், நிலம், பணம் ஆகியவற்றை கொடுக்கும். அதை வைத்துக் கொண்டு துவண்டு கிடக்கும் பொருளாதாரத்தை தூக்கி நிறுத்திவிடலாம் என்று இத்தாலி ஆனந்தத்தில் மூழ்கி இருந்தது.

போரின் வெற்றிக்குப் பிறகு பிரான்சில் கூட்டணி நாடுகளின் அமைதிப்பேச்சுவார்த்தை நடந்தது. அதில் இத்தாலியின் பிரதமர் லான்சிங் ஆர்லாண்டோ கலந்து கொண்டார். வெற்றி பெற்ற கூட்டணியில் இத்தாலியும் இடம் பெற்றிருந்ததால் ஒப்பந்தத்தின் படி தங்களுக்கு உரிய பகுதிகள் நிச்சயமாக கிடைக்கும் என்ற நம்பிக்கை அவருக்கு இருந்தது.

ஆனால் துரதிருஷ்டவசமாக அந்த வெற்றிக் கூட்டத்தில் அவரை யாரும் வரவேற்கவோ சரியான மரியாதை தரவோ செய்யவில்லை. அவரை பாராமுகமாக இருந்து விட்டனர். இது அவருக்கு மட்டும் அல்ல இத்தாலி மக்களுக்கும் பெருத்த அவமானமாகவும், எதிர்பாராத அதிர்ச்சியாகவும் இருந்தது.

முதல் உலகப்போரில் கூட்டணி நாடுகளுடன் இத்தாலி கலந்து கொண்டது என்னவோ உண்மையாக இருந்தாலும் அதனால் கூட்டணி நாடுகளுக்கு எதிர்பார்த்த உதவிகள் கிடைக்கவில்லை. ஆகவே ஒப்பந்தத்தில் குறிப்பிட்ட படி அத்தனை நாடுகளையும் இத்தாலிக்கு தருவதற்கு எங்களுக்கு விருப்பம் இல்லை என்று கூட்டணி நாடுகள் ஒரு குண்டை தூக்கி வீசின.

முதல் உலகப்போர் என்ற கல்யாண விருந்தில் இத்தாலி என்ற சிறிய நாடு மற்ற பெரிய நாடுகளினால் கருவேப்பிலை போல சமையல் ஆகும் வரையில் உபயோகித்துக் கொள்ளப்பட்டது. உணவு பரிமாறிய உடனே கருவேப்பிலையை எடுத்து தனியே தட்டுக்கு வெளியே வைத்து விடுவதைப் போல முதல்உலகப்போர் அவைகளுக்கு சாதகமாக முடிந்தஉடனே இத்தாலியை அந்த நாடுகள் திட்டமிட்டு வெளியே தள்ளிவிட்டன. இதனால் இத்தாலி ஏமாந்து போனது உண்மை.

கவிஞரின் ஆவேசம்

பிரான்ஸ் தலைமையிலான கூட்டணி நாடுகள் போனால் போகிறது என்ற ரீதியில் டைரோன், ஹிஸ்டியா ஆகிய நாடுகளை மட்டுமே இத்தாலிக்குக்கொடுத்தன. இத்தாலிக்கு ஏற்பட்டுள்ள சகலவிதமான இழப்புக்களையும் ஈடுகட்ட வேண்டுமானால் அதற்கு டால்மீஷியா என்ற பகுதியைக் கொடுக்க வேண்டும் அப்படித் தான் ஒப்பந்தம். ஆனால் இப்போது கூட்டணி நாடுகளின் மனது மாறிவிட்டது. ஆகவே ஒப்புக்காக எதையோ சில பகுதிகளை கொடுத்து ஒப்பந்தத்தை முறித்துக்கொண்டன.

இத்தாலியப் பிரதமருக்கு ஏற்பட்ட அவமானம் கொஞ்ச நஞ்சமல்ல, இது தனியொரு மனிதனுக்கு ஏற்பட்ட தலைகுனிவு அல்ல ஒட்டு மொத்த இத்தாலி நாட்டிற்கே ஏற்பட்ட தலைகுனிவாகவே மக்கள் பார்த்தனர். ஆனால் இப்போது செய்யக்கூடியது எதுவுமே இல்லை. கோபம் கொண்டாலோ ஆத்திரப்பட்டாலோ அந்த இரண்டு பகுதிகளும் போய்விடும். ஆகவே பிரதமர் மிகுந்த வருத்தத்தோடு பிரான்சில் இருந்து திரும்பி வந்தார்.

தங்களுக்கு நடந்த அநியாயத்தை கேள்விப்பட்டு மக்களும் அரசியல் தலைவர்களும் கொதித்தனர். கூட்டணி நாடுகளின் சதித்திட்டம் அவர்களுக்கு வேதனை அளித்தது. அதைக் கண்டித்து பேசினர், கூட்டங்கள் போட்டனர்.

இதில் தீவிரமாக ஈடுபட்டவர் கவிஞர் கப்ரைல் டிஅனன்சியோட என்பவர். அவர் சாதாரண கவிஞர் மட்டும் அல்ல, செயல்வீரரும் கூட.

பிரான்சின் கூட்டணியில் இணைந்த நாடுகள் இத்தாலிக்கு இழைத்த துரோகம் சாதாரணமானதல்ல. அதை எந்த சுயமரியாதை கொண்ட இத்தாலியனும் ஏற்றுக் கொள்ள மாட்டான். நம்மை ஏமாற்றியவர்களுக்கு தகுந்த பாடம் புகட்ட வேண்டும். அவர்கள் பேச்சு மாறிவிட்டனர், தருகிறேன் என்று சொல்லிவிட்டு ஏமாற்றி விட்டனர். அதை அப்படியே நாம் ஏற்றுக் கொண்டு அடங்கிப் போக அவசியம் இல்லை. கொடுக்காவிட்டால் என்ன? நமக்கு எடுத்துக்கொள்ளத் தெரியும் என்பதை காட்ட வேண்டும் என்று புரட்சிக்கனல் தெறிக்கும் கவிதைகளை எழுதினார், பேசினார். இதனை மக்கள் பெரிதும் ஆதரித்தனர். இளைஞர்கள் அவரது பேச்சை திரளாக வந்து கேட்டு கரகோஷம் எழுப்பினர்.

வெற்றியால் வந்த ஆபத்து

தோல்வி மட்டும் தான் ஒருவருக்கு இழப்பையும் அவமானத்தையும் கொண்டு வந்து சேர்க்கும் என்பதை பல முறை, பலபேருடைய வாழ்க்கையில் நாம் பார்த்திருப்போம். ஆனால் வெற்றி?

அதுவும் அப்படித்தான் சிலபேருக்கு கிடைக்கும் வெற்றி அதிருஷ்டம் கெட்ட வெற்றியாக அமைந்து அவர்களின் வாழ்க்கையை தடம் புரளச் செய்து விடுகிறது. கவிஞர் கப்ரைல் டிஅனன்சியோவுக்கும் அப்படித் தான் ஆகிவிட்டது.

மக்கள் அவரது பேச்சுக்கும் எழுத்துக்கும் தெரிவித்த ஆதரவைப் பார்த்து அவருக்கு உற்சாகம் பீறிட்டது, தனது கொள்கைகள் வெறும் எழுத்தளவிலும், பேச்சளவிலும் நின்று விடக் கூடாது என்று விரும்பினார். ஒரு நல்ல நாளில் மக்கள் படையை திரட்டிக் கொண்டு ப்யூம் துறைமுகத்திற்குச் சென்று டால்மீஷியா துறைமுகத்தை தாக்கினார். அந்தப் பகுதியில் அதிக எண்ணிக்கையில் இத்தாலியைச் சேர்ந்தவர்கள் வசித்தனர். அவர்கள் கவிஞருக்கு முழு ஆதரவு அளித்தனர். யாருமே எதிர்பார்க்காத அளவில் புரட்சிப்படைக்கு பெருவெற்றி கிடைத்தது. டால்மீஷியாவை கவிஞர் மக்கள் படை கைப்பற்றியது. இந்த அதிரடி நடவடிக்கை மக்களை பெரிதும் கவர்ந்தது.

இந்த அரிய நிகழ்ச்சியை கவனித்து வந்தார் பெனிட்டோ, மக்களின் கவனத்தை தன்மீது திருப்புவதற்கு இதுவே தருணம் என்பதை உணர்ந்தார். தனது பத்திரிகையில் கவிஞரின் படையெடுப்பைப் பற்றியும் மக்களின் மனங்கவர்ந்த விதம் பற்றியும் செய்திகள் வெளியிட்டார்.

உலகப்போரில் ஈடுபட்டு வெற்றி வாங்கித்த தந்த இத்தாலிக்கு பிரான்சின் தலைமையில் சேர்ந்த கூட்டணி நாடுகள் துரோகம் செய்தன. அதை கண்டிக்கும் விதமாக கூட்டங்கள் நடத்தியதோடு, அவர்களது அலட்சியத்திற்கு துரோகத்திற்கும் பதிலடி கொடுக்கும் விதமாக கவிஞர் தலைமையில் மக்கள் நடந்து கொண்டது அந்த நாடுகளுக்கு பாடம் புகட்டும் நிகழ்ச்சியாகும். இது உலக வரலாற்றிலேயே இத்தாலியின் புகழை உயர்த்திப்பிடிக்கும் வெற்றிப்பதாகை என்று புகழ்ந்து எழுதினார் பெனிட்டோ.

54 முசோலினி

8

ஓ இது தான் பாசிசமா?

தற்போது அவரது பத்திரிகையின் விற்பனை கணிசமாக உயர்ந்தது, அவரும் பிரபலமாகிவிட்டார். அதோடு மட்டும் அல்லாமல் இந்த நிகழ்ச்சி அவருக்கு ஒரு புதிய வாசலை திறந்து விட்டது.

ஆமாம் பத்திரிகை தொழிலுக்கு மூடுவிழா நடத்தி விட்டு அரசியலுக்குள் நுழைவதற்கு இதுவே தருணம் என்று அவர் முடிவெடுத்தார்.

வெற்றிச் சங்கு ஊதினால் அந்த சத்தம் எல்லோருக்குமே மன மகிழ்ச்சியைத் தந்து விடுமா? ஒரு பக்கத்தில் ஆனந்தப்படுபவர்கள் இருக்க மற்றொரு பக்கம் ஆத்திரப்படுபவர்களும் இருப்பார்கள் அல்லவா?

இத்தாலியும், பெனிட்டோவும் பாராட்டிக்கொண்டிருந்த அதே நேரத்தில் இந்த செயலை பொறுத்துக்கொள்ள முடியாமல் அண்டை நாடுகள் கொதித்தன. ஆகவே 1920ம் ஆண்டு உலக நாடுகள் இடம் பெற்ற லீக் ஆப் நேஷன்ஸ் என்ற அமைப்பு இத்தாலியுடன் சமரசம் பேசும் முயற்சியில் இறங்கியது.

கவிஞருக்கு கைவிலங்கு

நீ செய்தது தவறு, இது ஒரு மோசமான முன்னுதாரணம் என்றெல்லாம் அறிவுரை கூறியது. இதன் தொடர்ச்சியாக

இத்தாலிக்கும் யூகோஸ்லோவியாவுக்கும் இடையில் ரப்பல்லோ என்ற பெயரில் ஒப்பந்தம் ஏற்பட்டது. இதனால் இத்தாலி கைப்பற்றிய ப்யூம் பகுதி ஒரு தனிநாடாக உருவெடுத்தது. டால்மீஷியா பகுதியின் மீது இத்தாலிக்கு இருந்த உரிமை ரத்தானது. இப்படியாக முதல் உலகப் போரில் ஈடுபட்டு தனது லட்சக்கணக்கான வீரர்களை பலி கொடுத்த இத்தாலி அதற்காக பெறவேண்டிய சலுகைகளை இழந்ததோடு இப்போது தான் பிடித்த பகுதியையும் விட்டுக் கொடுக்கும் துர்பாக்கிய நிலைக்கு ஆளானது. இது போதாது என்று இத்தாலியின் பெருமையை உலகுக்கு வெளிச்சம் போட்டுக் காட்டிய கவிஞர் அன்னுன்சியாவுக்கு எதிராக செயல்படவேண்டிய நிர்பந்தமும் அதற்கு ஏற்பட்டது.

உன்னை யார் ஐயா படைதிரட்டிக்கொண்டு டால்மீஷியா மீது போர் தொடுக்கச் சொன்னது? எதற்காக கூட்டணி நாடுகள் இங்கே நாற்காலி போட்டுக்கொண்டு உட்கார்ந்திருக்கிறோம்? எங்களுக்குத் தெரியாத காரியத்தையா நீ செய்து விட்டாய். நீ செய்தது மகா தப்பு. ஆகவே இதற்கு தண்டனையாக உன்னை நாடு கடத்துகிறோம் என்றன அந்த நாடுகள். அதிர்ந்து போனார் கவிஞர்.

இப்படிப்பட்ட மோசமான சூழ்நிலை தனக்கு இத்தனை சீக்கிரத்தில் வந்து விடும் என்பதை கனவிலும் அவர் எதிர்பார்க்கவில்லை. தோளில் போட்ட வெற்றிமாலை வாடுவதற்குள் கைகளுக்கு விலங்கு என்றால் யாரால்தான் தாங்க முடியும்?

சே எதற்காக நான் இந்த விஷயத்தில் அதிக சிரத்தை எடுத்துக் கொண்டு தீவிரம் காட்டினேன். மற்றவர்களைப் போல கூட்டங்களில் பேசியதோடு எனது வேலையைப் பார்த்துக் கொண்டு போயிருக்க வேண்டும். தவறு செய்து விட்டேனே என்று தன்னையே நொந்து கொண்டார்.

கவிஞர் மக்களைத் திரட்டிக்கொண்டு பெற்ற அபாரமான வெற்றியே அவருக்கு ஆபத்தை இழுத்து வந்து விட்டது.

வேறு வழியில்லாமல் இத்தாலி அந்த கவிஞருக்கு எதிராக நடந்து கொண்டது. அவர் வசித்த டால்மீஷியா பகுதியில் இருந்து வலுக்கட்டாயமாக அப்புறப்படுத்தப்பட்டார். அதை செய்தது யார் தெரியுமா? இத்தாலியின் ராணுவம் தான். தன் கையைக் கொண்டே தனது கண்ணை குத்தும் குரூரத்தை இத்தாலியிடம் கூட்டணி நாடுகள் நடத்திக் காட்டின.

இது போன்ற ஒரு சந்தர்ப்பத்திற்காக காத்திருந்த பெனிட்டோ, இத்தாலியின் ராணுவத்தை கண்டித்து எழுதினார். கவிஞருக்கு இழைக்கப்பட்ட அநீதியைச் சுட்டிக்காட்டி தனது பத்திரிகையில் தலையங்கங்கள் எழுதினார். அவருக்கு ஆதரவு திரட்டும் வகையில் கட்டுரைகள் வெளியிட்டார். இதனால் பத்திரிகையோடு அவரும் மக்களிடையே மிகவும் பிரபலம் அடைந்தார்.

காலம் கனிந்து விட்டது, எதிர்பார்த்த நல்ல நேரம் வந்து விட்டது என்பது பெனிட்டோவுக்கு புரிந்தது. மக்களின் ஆதரவும், ஆதரவாளர்களின் துணையும் நன்றாக பெருகி விட்டது. எந்தக் கட்சியுடனும் கூட்டு சேரக்கூடாது. இது தான் புதுக்கட்சி ஆரம்பிக்க சரியான நேரம். அதே நேரத்தில் அதற்கு சரியான ஒரு பெயரையும் கொடுக்க வேண்டும்.

சோஷலிசம், கம்யூனிசம் போன்ற பெயர்களை மக்கள் விரும்புவதில்லை. ஆகவே அவைகளை நீக்கிவிட்டு புதிதாக ஒரு பெயரை தன் கட்சிக்கு சூட்ட வேண்டும் என்று தீவிரமாக யோசித்தார். எனவே 1919 மார்ச் 23 ம் நாள் புதிய கட்சியை துவக்கி அதற்கு இத்தாலியன் பாசிஸ்டு ஆப் கோம்பட் என்ற பெயரை வைத்தார்.

பாசிசம் என்ற கொள்கையின் அடிப்படையில் அந்தக் கட்சி அமைக்கப்பட்டது என்பது இதற்குப் பொருள்.

சரி பாசிசம் என்றால் என்ன?

அதிகார வர்க்கம் ஒரு நாட்டின் தலையெழுத்தை தனக்கு சாதகமான வழியில் சர்வாதிகார முறையில் நிர்ணயிப்பதே பாசிசம் எனப்படும். பொதுவாக பணக்கார முதலைகளும், தொழிலதிபர் திமிங்கலங்களும் அதிகார வர்க்கமாக இருக்கும். ஆரம்ப காலங்களில் அடிமட்டத்தில் இருக்கும் தொழிலாளிகளுக்கு பல சலுகைகள் கிடைக்கும். அவர்கள் அதனை நம்பி மற்றவர்களை அந்த புதைகுழிக்குள் இழுப்பார்கள். சுதந்திரம் பறிபோகும் என்பது தெரியாமல், கை நிறைய கிடைக்கும் தற்காலிக கூலிக்கு அவர் பலியாகிப் போவார்கள்.

வேணு சீனிவாசன்

முசோலினியின் இத்தாலியும், ஹிட்லரின் ஜெர்மனியும் பாசிசத்திற்கு மிகச் சிறந்த எடுத்துக் காட்டுக்கள்.

பேச்சு சுதந்திரமா அது எதற்கு? இவன் பேசினால் அது அரசாங்கத்திற்கு எதிரான பேச்சாக அல்லவா இருக்கும். ஆகவே இவன் பேசக்கூடாது என்பதும்,

இந்தப் பத்திரிகை தனி மனித சுயநலத்தையே ஆதரிக்கிறது, இது மக்களுக்கு துர்போதனைகளை தூண்டி அவர்களது நல்வாழ்க்கையை நசுக்குகிறது. ஆகவே இந்தப் பத்திரிகைக்கு மூடுவிழா நடத்து என்பதும்,

நாட்டைப் பற்றி கவலைப்படவேண்டும், நாட்டு முன்னேற்றத்திற்காக ஒவ்வொருவரும் தங்களை அர்ப்பணித்துக் கொண்டு இரவு பகலாக உழைக்க வேண்டும் என்று முழங்குவதும்.

அது சரி நாடு என்றால் என்ன?

நாடு என்றால் நான் தான். நானே நாடு, நாடே நான் என்பதாக பேசும் சர்வாதிகாரியின் ஆதிக்கமே பாசிசம். முசோலினி அப்படித்தான் பேசினார், எழுதினார், நடந்து கொண்டார்.

அநேகமாக இப்போது பாசிசத்தின் சரியான முகத்தை நீங்கள் தரிசித்து இருப்பீர்கள்.

அரசின் பெருமைக்காக மக்கள் தங்களுடைய உடைமைகள், உரிமைகள் அத்தனையும் அர்ப்பணம் செய்ய வேண்டும் என்ற அடிப்படையில் தான் பாசிசம் தோன்றியது.

இத்தாலியப் பேரரசின் நீதிபதிகள் நீதி வழங்கும் போது அவர்களது மேசையில் வெறும் கோப்புக்கள் மட்டும் இருப்பதில்லை. கூடவே உருட்டுக் கட்டைகளும் அதற்கு நடுவே கோடாரியும் செருகப்பட்டு தயார் நிலையில் இருக்கும் என்பதே முசோலினியின் பாசிச இயக்கத்தின் செயல்முறை.

கருஞ்சட்டை ராணுவம்

அதோடு மட்டும் அல்லாமல் மற்றொரு அதிரடி திருப்பத்தையும் ஏற்படுத்த அவர் திட்டமிட்டார். அதுதான் ராணுவக் கட்டமைப்பு. அரசாங்கம்தான் தனக்கென்று பிரத்யேகமாக ராணுவத்தை ஏற்படுத்திக் கொள்ளும். ஆனால் இவர் தான் அமைக்கின்ற அரசியல் கட்சிக்கு ராணுவப்படையை கட்டமைக்க விருப்பம் கொண்டு செயல்பட ஆரம்பித்தார்.

யாரும் சும்மா சொன்னால் கேட்க மாட்டார்கள், சொல்கிறபடி சொன்னால்தான் கட்டுப்படுவார்கள் என்ற தத்துவத்தை அனுபவ ரீதியாக உணர்ந்தவர் பெனிட்டோ.

அவருக்கு ஏற்கெனவே முன்னாள் ராணுவத்தினருடன் பழக்கம் இருந்தது. தனது பத்திரிகையிலும் ராணுவத்தைப்பற்றி உயர்வாகவே எழுதி வந்திருக்கிறார். இவை இரண்டும் இப்போது நல்ல பலனை கொடுத்தன. அவர் முன்னாள் ராணுவத்தினரைக் கொண்டு புதியதாக ஒரு படையை அமைத்தார்.

பெனிட்டோவின் பாசிசக் கொள்கையில் அதிக பற்றுக் கொண்ட ராணுவத் தளபதி டினோ கிராண்டி. இவர் பல வருடங்கள் ராணுவசேவை செய்து ஓய்வு பெற்றவர்.  இவர் மற்றவர்களிடம் பாசிசத்தின் தனித்தன்மைகளைப் புகழ்ந்து பேசி தனது நண்பர்களையும், ராணுவத்தில் சேவை செய்தவர்களையும் சேர்த்து கருஞ்சட்டை ராணுவம் என்ற பெயரில் ஒரு படையை அமைத்தார். அவர்களுக்கு கருப்பு சீருடையை அளித்தார். கருஞ் சட்டை ராணுவம் என்ற பெயரில் அந்த ராணுவப்படை அழைக்கப்பட்டது. மிகவும் கம்பீரமாகவும், கட்டுக் கோப்பாகவும் அந்தப் படை காட்சி அளித்தது. அந்தப் படை டினோ கிராண்டியின் முழுக்கட்டுப்பாட்டில் இருந்தது. அவரோ பெனிட்டோவின் கைபொம்மையாக செயல்பட்டார். காரணம் - குருபக்தி.

அடிதடி அரசியல்

எல்லோருடைய மனத்திலும் ஏதோ ஒரு காழ்ப்புணர்ச்சி இருக்கும், பழிவாங்கும் உணர்வு பதுங்கிக் கிடக்கும். அதற்கு வடிகால் இல்லாமல் உள்ளே புழுங்கிக் கொண்டு மேலே அமைதியாக காட்சி தருவது மனித இயற்கை. நாம் வாழும் பூமியின் அடியிலும் கொதிக்கும் நெருப்புக்குழம்பு அழுத்தப்பட்ட நிலையில் அங்கும் இங்கும் அலைபாயும். மேற்பரப்பில் எந்த இடத்தில் கொஞ்சம் கடினத்தன்மை குறைவாக இருக்கிறதோ அங்கே எரிமலையாக

வெடித்துச் சிதறி அக்கினிக்குழம்பை கக்கிவிடும். இது போலவே மக்களும் தங்கள் ஆத்திரத்தை, கோபத்தை, எதிர்ப்பார்ப்பை வெளிப்படுத்த சரியான நேரம் வராமல் தவித்துக் கொண்டிருந்தனர். இப்போது அது போன்ற நேரம் கிடைத்ததும் அவர்கள் முதலாளி வர்க்கத்தினருக்கு எதிரான கலகத்தில் ஈடுபட்டனர்.

பெனிட்டோவுக்கு சோஷலிஸ்டுக்களைப் பிடிக்கவில்லை, மக்களுக்கு கம்யூனிஸ்டுகளை கண்டால் பிடிக்கவில்லை. இதை வாய்ப்பாக பயன்படுத்திக் கொண்ட கருஞ்சட்டை ராணுவம் இவர்கள் இரண்டு பேருடனும் அடிக்கடி கைகலப்பில் ஈடுபடும். இத்தாலி அரசாங்கத்திற்கு கம்யூனிஸ்டுகள் எதிரிகள். ஆகவே கருஞ்சட்டை ராணுவம் அவர்களோடு வாய்ச்சண்டையிலும், கைசண்டையிலும் ஈடுபடுவதை அரசியல்வாதிகள் கண்டு கொள்ளாமல் விட்டுவிட்டனர். எப்படியோ கம்யூனிஸ்டுகளை நம்மால் அடக்கமுடியவில்லை. எவனோ ஒரு தாதா வந்து போட்டுத் தள்ளுகிறான். கையை கட்டிக் கொண்டு ரசிப்போம் என்ற ரீதியில் அவர்கள் மவுனமாக இருந்தனர்.

கம்யூனிசத்தை அந்த அரசு வெறுத்த காரணத்தினால் கருஞ்சட்டை ராணுவத்தின் காட்டில் மழை பெய்ய ஆரம்பித்தது.

இதனால் பெனிட்டோவின் கருஞ்சட்டை ராணுவத்திற்கு மக்கள் மத்தியிலும் நல்ல செல்வாக்கு இருந்ததோடு, அரசியல் வட்டாரத்திலும் மரியாதை பெருக ஆரம்பித்தது. ஏராளமான பேர் அதில் சேர்ந்தனர். இதன் காரணமாக பாசிஸ்டுக்களின் எண்ணிக்கை இரண்டு ஆண்டுகளில் கணிசமான அளவிற்கு உயர்ந்தது. இதனால் பிற்காலத்தில் அது ரோமில் தேசிய பாசிசக் கட்சியாக உருவெடுக்க முடிந்தது.

பெனிட்டோவும் இதைத் தானே எதிர்பார்த்து தனது கட்சியை ஆரம்பித்திருந்தார்.

ஆனால் இது மட்டும் அல்ல அவரது நோக்கம். மிகப் பெரிய சாதனை செய்ய வேண்டும்.

செவ்வாய் கிரகத்தை நோக்கிச் செல்லும் ராக்கெட்டை வைத்துக்கொண்டு பக்கத்து மாநிலத்துக்குப் போவது முட்டாள் தனமான செயல். கருஞ்சட்டை ராணுவத்தையும் அதை வழிநடத்தும் பாசிஸ்டு கட்சியையும் வைத்துக்கொண்டு வெறும் அடிதடி பஞ்சாயத்து நடத்துவது போதாது. பிரம்மாண்டமான பேரணி நடத்தவேண்டும், மிகப் பெரியதாக ஒரு செயலை செய்து காட்ட

வேண்டும். மக்கள் அதைக் கண்டு பிரமிக்க வேண்டும் என்பதே அவரது நீண்டநாள் விருப்பம், அதற்கான நேரத்தை அவர் எதிர்பார்த்துக் காத்திருந்தார்.

இத்தாலியின் அன்றைய நிலை அதற்கு தோதாக இருந்தது. முதல் உலகப்போரினால் ஏற்பட்ட பாதிப்புக்கள் இத்தாலியை உலுக்கி எடுத்திருந்தன. எங்கும் பசியும் பஞ்சமும் தலைவிரித்து ஆடின. தொழிற்சாலைகள் மூடிக்கிடந்தன. தொழிலாளர்கள் வேலையில்லாமல் திண்டாடினார்கள், தெருவில் இறங்கிப் போராடினார்கள். வலுத்தவர்கள் தொழிற்சாலைகளைத் தாக்கி தங்கள் கட்டுப்பாட்டுக்குள் கொண்டு வந்தனர். வல்லான் வகுத்ததே வாய்க்கால் என்ற நிலை நீடித்தது. எங்கும் ஒரு ஆவேசமும், கோபமும் காணப்பட்டது.

நான் அடக்குகிறேன்

அடித்தட்டு மக்கள் கஞ்சிக்கு அடித்துக்கொண்டிருந்தனர். மேல் தட்டு மக்கள் பணத்தை பாதுகாக்க ஏற்பாடுகள் செய்தனர். தொழிலதிபர்களுக்கோ நிம்மதி போயிற்று, எந்த நிமிடமும் உயிர் பறிபோய்விடக்கூடும் என்ற பயத்திலேயே வாழ்ந்தனர். தங்களுக்கு பாதுகாப்பு தரச் சொல்லி அரசாங்கத்திடம் வேண்டினர்.

அட போங்கப்பா எங்க நாற்காலியே ஆடிக்கிட்டிருக்கு. இதுல நாங்க எங்கேயிருந்து உங்களுக்குப் பாதுகாப்பைக் கொடுக்கிறது என்று சொல்லாமல் சொல்லி புன்னகை செய்தனர் அரசியல் தலைவர்கள்.

இந்த நிலையில் கருஞ்சட்டை ராணுவம் நாங்கள் இருக்க பயமேன் என்று சொல்லி தொழிலதிபர்களுக்கு கை கொடுக்க முன்வந்தது.

கலகக்காரர்களையும், புரட்சிக்காரர்களையும் அடக்குவதற்கு தொழிலதிபர்கள் பெனிட்டோவின் உதவியை நாடினர், அவரது வீட்டுக்கு படையெடுத்தனர். வெறுங்கையோடு அல்ல, பெட்டி பெட்டியான பணத்தோடு.

ஆஹா, இதுவல்லவா நல்ல தருணம் என்று நினைத்த பெனிட்டோ ஏராளமான நன்கொடைகளைப் பெற்றுக்கொண்டார். எங்கிட்டயா வேலை காட்டுறீங்க பிச்சுப் பிடுவேன் பிச்சி என்று சொல்லாமல் சொல்லி கம்யூனிசக்காரர்களை அடித்து நொறுக்கி கட்டப்பஞ்சாயத்து நடத்த ஆரம்பித்தார்.

கருஞ்சட்டைப்படை களத்தில் இறங்கினால் அடிதடி நிச்சயம். ஆகவே கலகக்காரர்கள் ஓட்டம் பிடித்தனர். தொழிலாளர்களிடம் பெனிட்டோ நல்லவிதமாகப் பேசி சமாதானம் செய்ய ஆரம்பித்தார். ஒரு பக்கம் அறிவுரை, மறுபக்கம் அடிதடி என்ற ரீதியில் அவர் கலகம், புரட்சி, எழுச்சி ஆகியவற்றை கொஞ்சம் கொஞ்சமாக அடக்கினார்.

இத்தாலிய அரசினால் செய்ய முடியாத வேலையை பெனிட்டோவின் கட்சி மேலிடம் செய்து முடித்து விட்டது என்று மக்கள் பேசிக் கொண்டனர். அடி உதவுவதைப்போல அண்ணன் தம்பி கூட உதவ மாட்டான் என்ற தமிழ்ப் பழமொழி அவருக்குத் தெரியாதபோதும் அதன் வழியே நடந்து வெற்றி கண்டார் பெனிட்டோ.

அவர் செய்த சாதனைகளுக்காக அரசாங்கம் பல சலுகைகள் அளித்தது, நன்கொடைகள் அளித்தது. தொழிலதிபர்கள் தங்கள் நன்றியைத்தெரிவிக்கும் விதமாக ஏராளமான அன்பளிப்புக்கள் அளித்தனர். இதனால் பெனிட்டோவின் நிதிநிலைமை நாளுக்கு நாள் பெருகியது. கட்சி வளர்ந்தது, கருஞ்சட்டை ராணுவம் தழைத்துப் பெருகியது. இது போதாதா பெனிட்டோவுக்கு? நமக்கு போதும் என்று தான் தோன்றும். ஆனால் அவருக்கு?

9

பிறந்தது புதுக்கட்சி

பெனிட்டோ அடுத்த இலக்கை நோக்கி நகர ஆரம்பித்தார். இத்தாலியில் இருந்த குட்டிக் கட்சிகளை அழைத்துப் பேசினார். நாம் தனித்தனியாக இருப்பதால் யாருக்கும் பயன் இல்லை, நான் வளர்ந்து கொண்டே வருகிறேன். அது உங்களுக்கே தெரியும், என்னுடன் சேர்ந்து விடுங்கள். புதியதாக ஒரு கட்சியைத் தொடங்கி நாட்டை ஆளலாம் என்று ஆசைவார்த்தைகள் பேசினார். அந்தக் கட்சிகள் இதுவரையில் வெறும் வாயை மென்று வந்தன. இனிமேல் வெல்லம் தருகிறேன் என்கிறார் பெனிட்டோ. கசக்குமா என்ன? சரி என்று தலையை ஆட்டினர்.

குட்டிக் கட்சிகளில் இருந்த தலைவர்களுக்கு காசு பார்க்க வேண்டும், கவுரவம் சேர்க்க வேண்டும் என்ற ஆசை பல வருடங்களாக இருந்தது. இதுவரையில் அது நடக்கவில்லை இப்போது ஒரு முரடன் தானே வலிய வந்து உதவி செய்கிறான் செய்து பார்ப்போமே? என்ற மயக்கத்தில் அவர்கள் ஒப்புக் கொண்டனர்.

வாங்க ஆடுகளா? வாங்க முதலில் கொஞ்சம் இரையாக புல்லுக்கட்டு தருகிறேன். பிறகு உங்களையே எனக்கு இரையாக்கிக் கொள்கிறேன் என்று சொல்லி மனதுக்குள் சிரித்துக் கொண்டார் பெனிட்டோ.

தன்னுடைய இலட்சியம் வெற்றிபெறப்போகும் நாள் வெகு தொலைவில் இல்லை என்பதை புரிந்துகொண்ட பெனிட்டோ பழைய கட்சியை புதுப்பித்தார். மற்ற கட்சிகளை தன்னுடன் இணைத்தார். இதனால் கணிசமான அளவுக்கு ஆதரவு கிடைத்துவிட்டது. 1921ம் ஆண்டு நவம்பர் மாதம் தனது புதிய கட்சியை ஆரம்பித்து அதற்கு நேஷனல் பாசிஸ்டு பார்ட்டி என்று பெயர் சூட்டினார்.

இதுவரையில் பல குட்டி கட்சிகளை காலந்தோறும் ஆரம்பித்து நடத்தி வந்திருக்கிறார் பெனிட்டோ. அவைகளுக்கு பெரிய இலக்கு எதுவும் கிடையாது. கொஞ்சம் புகழ், கொஞ்சம் பணம் அவ்வளவு தான். அவைகளின் நோக்கம். ஆனால் இப்போது ஆரம்பித்து இருப்பது அதற்காக இல்லை. இதன் நோக்கமே வேறு. தேவையான அளவு செல்வமும், செல்வாக்கும் சேர்ந்து விட்டது. இனிமேல் அவருக்குத் தேவை ஆட்சி, அதிகாரம் ஆகியவை மட்டுமே. ஆகவே அந்த இலக்கை நோக்கி படிப் படியாக முன்னேற ஆரம்பித்தார் பெனிட்டோ.

இனிமேல் அவர் வெறும் பெனிட்டோ அல்ல முசோலினி.

நடைப்பயணம் நடத்துவோம்

கருஞ்சட்டை வீரர்களுடன், மாபெரும் பேரணியாகத் திரண்டு; ரோம் நகருக்கு சென்று ஆட்சியைப் பிடிக்கப் போவதாக அடிக்கடி கூட்டங்களில் முழங்கிவந்தார் முசோலினி. அப்போது பிரதமராக இருந்த லூகி பேக்டா இருதலை கொள்ளி எறும்பைப் போல தவித்தார். அவரால் கலகக்காரர்களை அடக்க முடியவில்லை, அதற்கு கருஞ் சட்டை ராணுவத்தின் உதவி தேவைப்பட்டது. ஆனால் அவர்கள் செய்யும் அடாவடி அட்டகாசங்களை அவரால் சகித்துக் கொள்ளவும் முடியவில்லை. ஆகவே அவர் மவுனமாக இருந்தார்.சோஷலிசம் என்று பேசி வந்த முசோலினி இப்போது அதற்கு நேர் எதிரான பாதையில் முரட்டுத்தனத்தோடு பயணம் செய்வதை நினைத்து அவர் மனம் கலங்கினார். நிலைமை கைமீறிப் போகும் போது ஏதாவது நல்லது நடக்காதா? என்ற நப்பாசை அவரது அடிமனத்தில் துளிர்விட்டபடியே இருந்தது.

கூட்டுப்புழுவாக இருந்து அழகான பட்டாம்பூச்சியாக பரிணாமம் எடுக்கும் உயிரினம் போல முசோலினி சாதாரண கட்சித் தலைவராகவும், கட்டப்பஞ்சாயத்து செய்யும் அதிகாரியாகவும் இருந்து உலகத்தையே ஆட்டிப்படைக்கும் பயங்கரமான சர்வாதிகாரியாக பரிணாமம் பெறப்போகிறார். அதற்கான முதல்விதை இப்போது ஊன்றப்பட்டு விட்டது. எதிர்காலத்தில் இவர் செய்யப்போகும் தடாலடிகளுக்கும், முட்டாள் தனங்களுக்கும் குறைவே இல்லை. அதற்கான திறப்பு விழா இப்போது நடந்துவிட்டது. இனிமேல் மக்களும், அதிகாரிகளும் இவர் கையில் சிக்கி படப்போகும் பாடுகள் திண்டாட்டங்கள், துன்பங்கள் கொஞ்ச நஞ்சமல்ல.

தனிமரம் தோப்பாகாது. அதைப்போலவே சிறிய குழு பலமான கட்சியாகாது.

இப்போது நிலைமை மாறிவிட்டது, முசோலினியுடன் பல குட்டிக் கட்சிகள் இணைந்து விட்டன. சிறிய சணல் கயிறு பல இணைந்து பெரிய தேர்வடமானதைப் போல பலகட்சிகளும் இணைந்த காரணத்தினால் பாசிஸ்டு கட்சி எதிர்பார்த்ததை விட பலமானதாகவே இருந்தது. தேர்தலில் ஜெயிக்காத எந்தக் கட்சியும் நிலைத்து நிற்க முடியாது, ஆட்சியைப் பிடிக்க முடியாது என்பதை அறிந்தவர் முசோலினி. கொழுத்த மீனை எதிர்பார்த்து ஆற்றங்கரையில் காத்திருக்கும் கொக்கைப் போல தேர்தல் என்ற மீனை ஆவலோடு எதிர்பார்த்து காத்திருந்தார். அவர் எதிர்பார்த்த நாளும் வந்தது.

எல்லோருக்குமே நீண்ட நாளைய கனவு என்று ஒன்று இருக்கும். அது காலம் கனிந்து வரும் போது நடக்கும். அப்படி நீண்ட கால கனவு பலித்து கைகூடும் நேரத்தில் அது நாம் நினைத்த படி இல்லாமல் சற்று ஏறுமாறாக இருப்பதும் உண்டு. உதாரணத்திற்காக சொல்கிறேன்,நீண்ட நாட்களாக திருநெல்வேலி இருட்டுக்கடை அல்வாவை சாப்பிட நம் மனத்திற்குள் ஆசை இருக்கிறது. அதற்கு வாய்ப்பு கிடைக்காமல் வருடங்கள் பல உருண்டு விட்டன.

ஒரு நாள் நண்பர் திருநெல்வேலியில் இருந்து நம் வீட்டுக்கு வருகிறார் அப்படி வரும் போது நாம் இதுநாள் வரையில் கனவு கண்டுகொண்டிருந்த இருட்டுக்கடை அல்வாவை வாங்கி வருகிறார்.

இந்தாங்க உங்களுக்காக வாங்கி வந்தேன். சாப்பிடுங்க என்கிறார்.

வேணு சீனிவாசன்

65

அப்போது ஒரு கைபேசி அழைக்கிறது. எடுத்துப் பேசுகிறோம், நெருங்கிய உறவினர் இறந்துபோன தகவல் கிடைக்கிறது.

நீண்ட நாள் ஆசைப்பட்ட அல்வாவை நாம் சாப்பிடுவோமா? சாப்பிடத்தான் பிடிக்குமா?

நமது நிலை எப்படி இருக்கும்? இதைப்போன்ற ஒரு தர்ம சங்கடமான நிலையில் தான் முசோலினி தடுமாறினார்.

1919ம் ஆண்டு தேர்தல் நடந்தபோது முசோலினியின் கட்சியும் களமிறங்கியது. சூறாவளி சுற்றுப் பயணம் செய்து மேடைகளில் முழங்கினார் முசோலினி. என்ன முழங்கி என்ன பயன்? மக்கள் ஆர்வமாக அவரது பேச்சைக் கேட்டார்களே தவிர அவரை வெற்றி பெற வைக்கவில்லை. அந்த தேர்தலில் பாசிஸ்டு கட்சி படுதோல்வி அடைந்தது. அவரது நீண்ட நாளைய கனவான ஆட்சியைப் பிடிப்பது என்பது தொடுவானமாகி வேடிக்கை காட்டியது. கைக்கு அருகே வாய்ப்பு வந்தும் அதை எட்டிப் பிடித்து வெற்றி பெற முடியாமல் அவரது கட்சி தடுமாறியது.

களைத்து விடுவாரா முசோலினி, தனது பிரசார வேட்டையை ஆரம்பித்தார், ஏராளமான கூட்டங்களில் பேசினார். பல அதிரடி நடவடிக்கைகளில் ஈடுபட்டு மக்கள் தன்னை மறக்காமல் பார்த்துக் கொண்டார். எதிர்காலத்தில் தோல்வி ஏற்படாமல் இருக்க என்ன வழிமுறைகளைப் பின்பற்ற வேண்டும் என்பதை திட்டம் போட்டு கடைப்பிடித்தார். மிகப் பெரிய சதுரங்க ஆட்டமாகவே இதை நினைத்து அவர் தனது ஒவ்வொரு அடியையும் மிகக் கவனமாக எடுத்து வைத்தார். மறுபடியும் 1921 ம் ஆண்டு தேர்தல் வந்தது. முழு மூச்சுடன் முசோலினியும் அவரது கருஞ்சட்டை ராணுவத்தினரும் மற்றுமுள்ள ஆர்வலர்களும் பிரசாரத்தில் ஈடுபட்டனர். பாசிஸ்டு கட்சி பலமான எதிர்கட்சிகளுடன் மோதியது.

10

முதல் வெற்றியில் பிரதமர் பதவி

இந்தத் தேர்தலில் கிடைக்கின்ற வெற்றியே அவரது எதிர் காலத்தையும், பாசிஸ்டு கட்சியின் எதிர்காலத்தையும் தீர்மானிக்கப் போகிறது என்பதால் மிகத் தீவிரமான பிரச்சாரத்தில் ஈடுபட்டார்.

நண்பர்களே நல்லா கேட்டுக்குங்க, நம்மோட அஸ்திவாரம் பலமாக இருந்தால் தான் ஆட்சிங்கற கட்டடம் நிலையா நிக்கும். அதுக்கான சமயம் இது தான், எல்லோரும் பசி தாகத்தை மறந்து வேலை செய்யுங்க, கட்சியை வெற்றி பெற வையுங்க என்று அடிக்கடி சொல்லி கட்சியின் ஆதரவாளர்களை முடுக்கினார் முசோலினி.

இத்தாலியின் பொருளாதார முன்னேற்றத்திற்கு வலிமையான அரசாங்கம் தேவை. அதனை பாசிஸ்டு கட்சியால் மட்டுமே ஏற்படுத்த முடியும். ஆகவே மக்களே சிந்தியுங்கள் நாட்டை வலுவான நாடாக, வளர்ச்சி மிகுந்த நாடாக மாற்ற விரும்பினால் எனது கட்சிக்கு வாக்களியுங்கள் என்று மேடைகளில் சிங்கம் போல முழங்கினார்.

அவரது பேச்சை ரசித்த அளவிற்கு மக்கள் அவருக்கு வாக்களிக்க வில்லை. பாராளுமன்றத் தேர்தலில் மொத்த இடங்கள் 535. அதில் பாசிஸ்டு கட்சிக்கு 35 இடங்களே கிடைத்தன. இதன் காரணமாக மிலான் நகரத்தின் பிரதிநிதியாக முசோலினி பதவி ஏற்றார்.

யானைப் பசிக்கு சோளப் பொறி என்றார் போல இந்த சிறிய வெற்றி அவரைத் திருப்திப்படுத்தவில்லை. ஆனாலும் புதிதாக முளைத்த அரசியல் கட்சிக்கு இத்தனை இடங்களா? என்று பழைய பெருச்சாளிகள் முறைத்தன. உள்ளுக்குள் பயந்தன. இவனை வளர விடக்கூடாது என்று கூட்டம் கூடிப் பேசின.

மக்கள் புதிய கட்சியை வரவேற்றனர். தன்னுடைய பேச்சை ரசிக்கின்ற அளவிற்கு மக்கள் தன் கட்சியை நம்பவில்லை. முதலில் அவர்களது நம்பிக்கையை சம்பாதிக்க வேண்டும். அப்படிச் செய்தால் ஓட்டு வங்கியில் லாபம் காணலாம் என்று முசோலினி புரிந்து கொண்டார். அதற்கு ஏற்றார்போல கட்சியின் நடவடிக்கைகளை மாற்றி அமைத்தார். செயல்திட்டங்களில் புதுமைகளைப் புகுத்தினார்.

அந்தத் தேர்தலில் எந்த ஒரு கட்சிக்கும் அறுதிப் பெரும்பான்மை கிடைக்கவில்லை. ஆகவே பல துண்டுகட்சிகள் ஒன்றாகச் சேர்ந்து ஆட்சியில் அமர்ந்தன. அது சில மாதங்களுக்குக் கூட நீடிக்கவில்லை. கூட்டணியில் கருத்துவேறுபாடு காராணமாக ஆட்சி கவிழ்ந்தது, மறுதேர்தல் வந்தது. மற்றொரு ஒட்டுப்போட்ட கூட்டணி ஆட்சியை அமைத்தது. அதுவும் சில மாதங்களே நீடித்தது.

ரோம் நோக்கி ஒரு பயணம்

இந்தக் குளறுபடியால் நாட்டின் பொருளாதாரம் சரிந்தது, பணிகள் முடங்கின, செயல் திட்டங்கள் கிடப்பில் போடப்பட்டன.

இது மற்றவர்களுக்கு. ஆனால் முசோலினிக்கு?

மிகப் பெரிய வாய்ப்பாகத் தெரிந்தது. அவர் மிகப் பெரிய போராட்டத்திற்கு தன்னையும் தனது கட்சியினரையும் தயார் படுத்திக் கொண்டார். ரோம் நோக்கி பெரும் பயணம் என்ற கோஷத்தை முன்வைத்தார்.

27 அக்டோபர் 1922 இத்தாலியின் நேபில்ஸ் நகரத்தில் காலைச் சூரியன் உதித்தபோது நாற்பதினாயிரம் கருஞ்சட்டை வீரர்கள் திடீரென்று அணிவகுத்து நின்றார்கள்.

என்னப்பா என்ன விஷயம்?

எனக்கும் தெரியவில்லை. எங்கியோ புறப்படறாங்க. அது மட்டும் தெரியுது.

அடேங்கப்பா கருஞ்சட்டை ராணுவத்தில் இவ்வளோ பேர் இருக்காங்களா?

என்றெல்லாம் அந்தப் பெரும்படையைப் பார்த்து ஆச்சரியத்தோடு பேசிக் கொண்டனர்.

எதுவோ செய்யப்போகிறார் முசோலினி. ஆனால் என்னன்னு தெரியலியேன்னு அரசியல் தலைவர்கள் முதல் அடிமட்டத் தொண்டர்கள் வரை விழித்துக் கொண்டு நின்ற போது,

மேடையில் தோன்றிய முசோலினி, அவர்களைப் பார்த்து கையை அசைத்து விட்டு தனது உரையைத் தொடங்கினார்.

ஐரோப்பிய யுத்தத்திற்குப் பிறகு இத்தாலியின் பொருளாதாரம் சீர்குலைந்து விட்டதை மக்களே நீங்கள் அறிவீர்கள். இதற்கு அரசியல் தலைவர்கள் பொறுப்பும் ஏற்கவில்லை, நிவாரணமும் செய்ய வில்லை. இப்படியே போனால் இத்தாலியின் நிலை என்ன? மக்களே சிந்திப்பீர். நாட்டு முன்னேற்றத்தை கருத்தில் கொண்டு நானும் எனது கட்சித் தொண்டர்களும்

கருஞ்சட்டை ராணுவத்தை அமைத்தோம். அதன் காரணமாக கலகமும், போராட்டங்களும் குறைந்து இத்தாலி அமைதிப் பூங்காவாக மாறி இருக்கிறது. இதை நீங்கள் நேரில் பார்த்து வருகிறீர்கள். அது மட்டும் போதுமா? நிச்சயமாக போதாது.

பொருளாதார முன்னேற்றம் வேண்டும், வேலையில்லாத் திண்டாட்டம் ஒழிய வேண்டும், இளைஞர்படை வீறுகொண்டு எழுந்து இத்தாலியின் கரங்களை வலுப்படுத்த வேண்டும். அதற்கு இத்தாலியில் நிலையான ஆட்சி அமைய வேண்டும். அதை தரப்போவது எங்கள் பாசிஸ்டு கட்சி ஒன்று மட்டுமே. இத்தாலியின் அதிகாரத்தில் அமர்வதே எங்கள் குறிக்கோள். அரசியல், தொழில் முன்னேற்றம், ராணுவம், மதம் ஆகிய மக்களுக்குத் தேவையான அனைத்தும் அடங்கி இருக்கும் ஒரே கட்சி எங்கள் கட்சி மட்டுமே. இத்தாலியின் முன்னேற்றத்தை கருத்தில் கொண்டு நாங்கள் இன்று

ரோம் நகரத்தை நோக்கி எங்கள் பெருமைக்குரிய நடைப்பயணத்தை தொடங்கி இருக்கிறோம். நீங்கள் ஆசி கூறி வழி அனுப்புங்கள் என்று மக்களின் மனம் கவரும் விதத்தில் பேசினார்.

பதவி பறி போனது

மக்கள் கைதட்டி ஆரவாரம் செய்தனர். கருஞ்சட்டைத் தோழர்கள் புதிய உற்சாகமும் உத்வேகமும் பெற்று ரோமை நோக்கி நடந்தனர். ஆனால் யாருக்குமே எதற்காக இந்த நடைப்பயணம் என்பது மட்டும் புரியவில்லை.

1922 ம் ஆண்டு அக்டோபர் 28 ம் நாள் ரோம் நகரில் உள்ள பிரதமர் லூகி பாக்டாவின் பங்களா.

ட்ரிங் ட்ரிங்...

தொலைபேசி மணி அடித்தது.

சொல்லுங்க நான் லூகிபாக்டா.

நான் முன்னாள் பிரதமர் அண்டோனியோ பேசறேன்.

வணக்கம் சொல்லுங்கண்ணா.

என்னப்பா தூங்கறியா பரபரப்பே இல்லாம பேசறியே.

எதுக்காக பரபரப்பு? அப்பாவியாகக் கேட்டார் லூகி.

அடப்பாவி, கருஞ்சட்டை ராணுவம் ரோமை நோக்கி வருதுய்யா.

யாரு அந்த முசோலினியா? அதிர்ச்சியானார் லூகி.

ஆமாம்பா ஆமாம்.

எதையாவது செய், இல்லேன்னா பதவிக்கு ஆபத்து.

லூகி பாக்டா விழித்துக் கொண்டார். உடனே அவசரமாகச் சென்று மன்னர் மூன்றாம் விக்டர் இமானுவேலுடன் தொடர்பு கொண்டார்.

முசோலினி படைகள் ரோம் நகரத்தை நோக்கி வருது.

ஆமாம் கேள்விப்பட்டேன். என்ன செய்யப்போறே? என்று எதிர்க்கேள்வி கேட்டார் மன்னர்.

நிச்சயமாக அவனை அடக்கணும், கொஞ்சம் அசந்தாலும் நாட்டுக்கே ஆபத்து.

நாட்டுக்கா? இல்லே உனக்கா? என்றார் மன்னர் இடக்காக.

மவுனமாக நின்றார் லூகி.

சரி அவனை அடக்க என்ன செய்வதாக உத்தேசம்? இடியாக வந்தது மன்னரின் கேள்வி.

கருஞ்சட்டை ராணுவத்தை அடக்க நமது ராணுவத்தினால் மட்டுமே முடியும் அதற்கு உங்கள் அனுமதி தேவை என்று சொல்லி முடித்தார் பிரதமர்.

உங்களால கலகத்தை அடக்க முடியலே, நீங்க செய்ய வேண்டிய காரியத்தை அவங்க செஞ்சிருக்காங்க. இப்போ வெவரம் இல்லாம பேசறீங்களே! ரெண்டு ராணுவப்படையும் மோதிக் கொண்டால் மக்கள் கிளர்ச்சி செய்வாங்களே. ஏற்கெனவே முசோலினி ஜனங்க கிட்ட நல்ல பேரு வாங்கி இருக்காரு.

அப்படின்னா?

ராணுவம் வேண்டாம் வேறு ஏதாவது மாற்று யோசனை இருந்தால் சொல்லுங்க.

இந்தப் பதில் பிரதமரை அதிர்ச்சி அடைய வைத்தது. மன்னர் தனக்கு உதவ மறுக்கிறார். அப்படியானால் அவருடைய மனத்தில் வேறு ஏதோ ஒரு திட்டம் இருக்க வேண்டும். இனிமேல் இந்தப் பதவியில் இருப்பது அவமானம், ஆபத்து என்று புரிந்து கொண்ட லூகி தனது பதவியை ராஜினாமா செய்து விட்டார்.

நீ என்னய்யா கொடுப்பது?

பிரதமர் பதவி காலியாக இருப்பதை மறைத்து மன்னர், முசோலினிக்கு தூது அனுப்பினார். உங்களுக்கு அமைச்சர் பதவி தருகிறேன், உங்கள் கட்சியில் இருக்கின்ற முக்கிய பிரமுகர்களுக்கு அமைச்சரவையில் இடம் தருகிறேன் என்று.

அமைச்சர் பதவியா அது யாருக்கு வேண்டும்?.

பதவியை நான் யார் கொடுத்தும் வாங்குபவன் அல்ல. எடுத்துக் கொண்டு பழக்கப்பட்டவன்.

இத்தாலியின் ஆட்சிப் பொறுப்பு எனக்கு வேண்டும். இல்லை என்றால் எங்கள் ராணுவம் இத்தாலியின் அரசு அலுவலகங்களை கைப்பற்றும், ஆட்சியையும் அதிகாரத்தையும் தனது பிடிக்குள் வலுக்கட்டாயமாக ஒரு இரவுக்குள் கொண்டு வந்து விடும் ஜாக்கிரதை என்று முசோலினி மிரட்டினார்.

மிரட்டியதோடு இல்லாமல் நகருக்குள் நுழைந்து பல இடங்களைக் கைப்பற்றினார்.

அவரை அடக்க முடியாது என்பதை புரிந்துகொண்ட மன்னர் வேறு வழியில்லாமல் போராட்டத்தைக் கைவிடுங்கள் பேச்சு வார்த்தைக்கு வாருங்கள் என்று அழைப்பு விடுத்தார்.

முசோலினி மன்னர் விக்டர் இமானுவேலை சந்தித்தார். பேச்சு வார்த்தை பலமணிநேரம் நடந்தது. முடிவில் முசோலினி ஜெயித்துவிட்டார். ஆம் அவரை இத்தாலியின் பிரதமராக்குவதற்கு மன்னர் சம்மதம் தெரிவித்தார்.

அடுத்த நாள் அக்டோபர் 31ம் நாள், 1922ம் ஆண்டு முசோலினி இத்தாலியின் பிரதமராக சட்டபூர்வமாக அறிவிக்கப்பட்டார். இத்தாலியின் நாற்பதாவது பிரதமராக பெனிட்டோ முசோலினி பதவிப் பிரமாணம் செய்து கொண்டார். அப்போது அவருக்கு வயது 39.

வாக்கெடுப்பு நடத்தினால் பத்து சதவீதம் வாக்கு கூட அவருக்குக் கிடைத்திருக்காது. அப்படியிருந்தும் மன்னரை மிரட்டி தனது காரியத்தை சாதித்துக் கொண்டார் முசோலினி. இதை அவரது ராஜ தந்திரம் என்பதா? அடாவடித்தனம் என்பதா?

அடுத்த ஒரு மணிநேரத்திற்குள் பத்திரிகையாளர் சந்திப்புக்கு ஏற்பாடு செய்யப்பட்டது. பிரதமரான பிறகு முசோலினி கொடுத்த முதல் பத்திரிகை பேட்டியில் அவர் சொன்னார்,

நாளை முதல் இத்தாலியில் உண்மையான அரசாங்கம் நடக்கும். இனிமேல் தான் இந்த நாடு கட்டுப்பாடு மிகுந்த ஒழுக்கமான அரசியலை சந்திக்கப் போகிறது.

அனைவரும் பிரமிப்போடும் மகிழ்ச்சியோடும் கரகோஷம் செய்தனர்.

11

எங்கும் முசோலினி! எதிலும் முசோலினி!

பதவிக்கு வந்த பிறகு முசோலினி சும்மா இருப்பாரா? அதிகாரத்தை பலப்படுத்தும் முயற்சிகளில் தீவிரமாக இறங்கினார். அதன் முதல் கட்டமாக பாசிஸ்டு கிராண்ட் கவுன்சில் என்ற அமைப்பை உருவாக்கினார். இந்த அமைப்பின் தலைவர் யார்? வேறு யாருக்கு அந்த தகுதி இருக்கிறது?

நீங்கள் நினைத்தது சரிதான்.

முசோலினி தான் அந்த அமைப்பின் தலைவர்.

இந்த அமைப்பில் யார் யார் இருக்க வேண்டும். யாருக்கு என்ன பொறுப்பு அளிக்கவேண்டும் என்பது போன்ற விஷயங்களை முடிவு செய்தவரும் அவரே.

யார் இந்த அமைப்பில் இருந்தார்கள்?

வேறு யார்? பாசிஸ்டு கட்சியின் கொள்கைகளை தங்கள் உயிர்மூச்சாக ஏற்றுக் கொண்டு அதை நிர்வாகம் செய்ய உதவி செய்தவர்களும், அனுபவம் வாய்ந்தவர்களும், எதற்கும் துணிந்தவர்களும், அடிதடி கட்டப்பஞ்சாயத்தே சரியான தீர்வாக இருக்க முடியும் என்ற நம்பிக்கை கொண்டவர்களும், இவை எல்லாவற்றுக்கும் மேலாக முசோலினியைத் தவிர வேறு உலகம் கிடையாது என்ற லட்சியத்தோடு வாழ்பவர்களும் இந்த அமைப்பில் உறுப்பினராகும் தகுதி பெற்றவர்கள்.

இப்படிப்பட்ட குணாதிசயங்கள் கொண்டவர்களை தேடிப் பிடித்து சேர்த்தார் முசோலினி. அவருடைய கட்சியின் பொதுச் செயலாளர், நிதி அமைச்சர், கல்வி அமைச்சர், வெளியுறவு அமைச்சர் ஆகியோர் கிராண்ட் கவுன்சிலில் முக்கிய பங்கு வகித்தனர்.

இவர்களை முசோலினி தேர்வு செய்ததோடு, மூன்று வருடங்களுக்கு ஒரு முறை மாற்றும் அதிகாரத்தையும் வைத்திருந்தார். நாட்டு நன்மையைக் கருத்தில் கொண்டு யாரை வேண்டுமானாலும் பதவி நீக்கம் செய்யவும், மாற்றம் செய்யவும் கிராண்ட் கவுன்சிலுக்கு அதிகாரம் உண்டு. பிரதமரின் அதிகாரத்தைக்கூட குறைப்பதற்கு இதற்கு உரிமை இருந்தது.

இது கொஞ்சம் ஆச்சரியமான தகவல் அல்லவா?

இந்தக் கவுன்சிலின் தலைவரும் முசோலினி, இத்தாலியின் பிரதமரும் முசோலினி. வேடிக்கையாக இல்லை? ஆக முசோலியின் அதிகாரத்தை கட்டுப்பாட்டுக்குள் கொண்டுவருவதற்கு முசோலினிக்கு மட்டுமே அதிகாரம் இருக்கும்படியாக அவர் பார்த்துக் கொண்டார். இதில் வேறுயாரும் மூக்கை நுழைக்க முடியாது.

அவர் பிரதமரான கையோடு, சர்வதேச அரசியலில் பங்கேற்பதற்கும், உலக நாடுகள் அவரை ஏறிட்டு பார்ப்பதற்கும் ஒரு வாய்ப்பு கிடைத்தது.

அல்பேனியாவில் ஐந்து கொலை

அல்பேனியாவுக்கும், கிரீஸ் நாட்டுக்கும் இடையே எல்லைப் பிரச்சனை நடந்து கொண்டிருந்தது. அல்பேனியாவுக்கும் இத்தாலிக்கும் இடையே நல்லுறவு உண்டு. ஆகவே அல்பேனியாவுக்கு உதவும் பொருட்டு தனது நாட்டில் இருந்து ஐந்து பிரதிநிதிகளை கிரீஸ் நாட்டிற்கு அனுப்பி வைத்தார் முசோலினி.

இதனால் நல்ல முடிவு ஏற்படும் என்று எதிர்பார்த்த முசோலினிக்கு அதிர்ச்சியான தகவலே கிடைத்தது. இவர் அனுப்பி வைத்த ஐந்து பிரதிநிதிகளும் கோரமாக கொலைசெய்யப்பட்டு நடு வீதியில் வீசப்பட்டிருந்தனர். முசோலினி எரிமலையாக வெடித்துக்

கிளம்பினார், கிரீசை கண்டித்தார், பல நிபந்தனைகளை விதித்தார். கொலைசெய்யப்பட்ட ஐந்து பிரதிநிதிகளுக்கும் நஷ்ட ஈடாக ஐந்து கோடி லிரா கொடுக்க வேண்டும், இந்த கொலையை செய்தவர்களுக்கு மரண தண்டனை அளிக்க வேண்டும் என்றார்.

இத்தாலியப் பிரதிநிதிகள் கிரீஸில் இறந்து போனதற்கு மிகுந்த வருத்தத்தை தெரிவித்துக் கொள்கிறோம். அதே சமயத்தில் இந்த கொலையை செய்தவர்கள் கிரீஸ் நாட்டைச் சேர்ந்தவர்கள் தான் என்பது புலன் விசாரணையின் மூலமாக உறுதிப்படுத்தப்பட வேண்டும். அதுவரையில் முசோலினியின் எந்த நிபந்தனையும் எங்களைக் கட்டுப்படுத்தாது. பாரம்பரியம் மிக்க கிரீஸ் மீது முசோலினி பழி சுமத்துவதை இந்த அரசாங்கம் ஏற்க மறுக்கிறது என்று அவர்கள் தரப்பில் அறிக்கை வெளியானது.

இந்த அறிக்கையினால் ஆத்திரம் அடைந்த முசோலினி இவர்களுடன் இனிமேல் பேசிப் பயனில்லை, தனது ஆயுதத்தை எடுக்க வேண்டியது தான் என்ற முடிவுக்கு வந்தார். அடுத்த சில நாட்களில் இத்தாலியப் படைகள் ஆவேசமாக கிரீஸ்நாட்டின் கோர்ப் துறைமுகத்தை தாக்கி கைவசப்படுத்திக் கொண்டன.

கிரீஸ் நடுங்கிப் போனது, உடனே லீக் ஆப் நேஷன்ஸ் என்ற அமைப்பிடம் முறையிட்டது. அந்த அமைப்பு முசோலினியின் செய்கையை கண்டித்தது. துறைமுகத்தை திருப்பிக் கொடுக்க வேண்டும் என்று சமாதானம் பேசியது.

இதற்கெல்லாம் முசோலினி மசியவில்லை, இதோ பாருங்க எனக்கு உங்க அறிவுரை தேவையில்லை. என்னோட செயல் உங்களுக்குப் பிடிக்கவில்லையா பரவாயில்லை, லீக் ஆப் நேஷன்ஸ் அமைப்பில் இருந்தே இத்தாலி விலகிக் கொள்ளும் என்று ஒரு வெடிகுண்டை விசினார்.

அந்த அமைப்பு இதுபோன்ற தடாலடியான பதிலை எதிர்பார்க்கவில்லை. இது என்னடா புதிய வம்பு? இந்த ஆள் அமைப்பில் இருந்தே விலகுகிறேன் என்று ஆரம்பித்தால் அதே முறையை ஒவ்வொரு நாடும் பின்பற்ற ஆரம்பித்து விடும். வெங்காயத் தோலை ஒவ்வொன்றாக உரித்து எடுத்தால் கடைசியில் என்ன மிஞ்சும்? அமைப்பையே கலைத்துவிட்டு ஆப்பம் தின்ன வீட்டுக்குப் போகவேண்டியது தான், இதை விடக்கூடாது, எப்படியாவது சமாளிப்போம் என்று சிந்தித்த அமைப்பு, வெளியுறவு மாநாட்டுக்கு நாடுகளை பேச்சுவார்த்தைக்கு அழைத்தது.

இதன் பலனாக முசோலினியின் நிபந்தனைகளை கிரீஸ் ஏற்றுக் கொள்ளவேண்டிய கட்டாயம் ஏற்பட்டது. இது முசோலினிக்கு கிடைத்த மாபெரும் வெற்றி. அவரது அடாவடி மற்றும் தடாலடி நடவடிக்கைகளுக்கு பிள்ளையார் சுழி போடப்பட்டது இப்படித்தான். சாதகமாக காற்று வீசுகிறது என்பதை புரிந்து கொண்ட அவர் யூகோஸ்லோவியாவுடன் பேச்சு வார்த்தையில் ஈடுபட்டார். இதன் காரணமாக 1920ம் ஆண்டு ரப்பல்லோ ஒப்பந்தத்தின் மூலமாக இத்தாலியின் கைவிட்டுப் போன ப்யூம் துறைமுகத்தை திருப்பிக் கேட்டார்.

நினைவிருக்கிறதா? கவிஞர் அனன்னுசியோவின் படையினரால் கைப்பற்றப்பட்டு, பிறகு ராணுவத்தினால் கைப்பற்றப்பட்டது அந்த துறைமுகம். முசோலினி கேட்டார் அதுவும் கிடைத்தது, மீண்டும் அது இத்தாலியுடன் இணைந்து விட்டது.

முசோலினி மக்கள் மனத்தில் செயல்வீரராக உயர்ந்து நிற்பதற்கும், வரலாற்றில் இடம் பெறுவதற்கும் இந்த நிகழ்ச்சி முக்கியமாக அமைந்தது.

கெட்டிக்காரன்யா, கொஞ்சம் தடாலடியா நடவடிக்கை எடுத்தாலும் காரியத்துல ஜெயிச்சுடராரு என்று முசோலினியின் வழிமுறைகளை மக்கள் பாரட்ட ஆரம்பித்தனர்.

நேரம் நல்ல நேரம் என்று முசோலினி விசிலடிக்காத குறைதான்.

12

இல் டூச்சே – நாட்டின் தலைவர்

பிரதமரானதும் அவர் செய்த முதல் வேலை நீதித் துறையின் செல்வாக்கை குறைத்தது தான். அது மட்டும் அல்ல பத்திரிகை சுதந்திரத்தையும் முடிவுக்குக் கொண்டு வந்தார். தன்னை இல் டூச்சே அதாவது நாட்டின் தலைவர் என்று அனைவரும் அழைக்க வேண்டும் என்ற கட்டளை பிறப்பித்தார்.

ஆட்சியைப் பிடித்தாகிவிட்டது, அரியாசனத்தில் அமர்ந்தாகி விட்டது, மக்களின் செல்வாக்கையும் பெற்றாகிவிட்டது. உலக அரங்கில் பெயர் பேசப்படுகிறது, அண்டை நாடுகள் அச்சத்தோடு அவரைப் பார்க்கின்றன. ஆயிரம் இருந்தும் அரியணை இருந்தும் அவருக்கு அமைதி இல்லை, காரணம் அவரது கட்சிக்கு பாராளு மன்றத்தில் அறுதிப் பெரும்பான்மை பலம் இல்லை.

இந்த நிலை நீடிக்கக்கூடாது, இப்போது பிரச்சனை இல்லை ஆனாலும் எதிர்காலத்தில் வராது என்று அலட்சியமாக இருந்து விடக்கூடாது அல்லவா? அதற்காக 1923 ம் ஆண்டு பாராளு மன்றத்தில் அசர்போ சட்டத்தைக் கொண்டு வந்தார். இந்த சட்டம் நேர்மை ஒழுங்கு கட்டுப்பாடு ஆகியவற்றை காப்பதற்காக மீண்டும் முசோலினியே பிரதமர் பதவியை ஏற்க வேண்டும் என்ற விதத்தில் அமைக்கப்பட்டிருந்தது.

1924ம் ஆண்டு பாராளுமன்றத்தேர்தல் நடந்தது. அதில் பாசிஸ்டு கட்சிக்கு 25 சதவீத வாக்குகளே கிடைத்தன. இருந்தால் என்ன அசர்போ சட்டத்தின் காரணமாக முசோலினியே பிரதமராகி விட்டார்.

மெடியோட்டியைக் காணவில்லை

முசோலினி மக்களை ஏமாற்றுகிறார், கண்துடைப்பு நாடகம் ஆடுகிறார், சர்வாதிகார ஆட்சி நடத்துகிறார் மக்களே விழித்துக் கொள்ளுங்கள் என்று சோஷலிஸ்டு கட்சித் தலைவரான மெடியோட்டி என்பவர் எச்சரிக்கை குரல் எழுப்பினார், கண்டனம் தெரிவித்தார், பத்திரிகையில் தொடர்ந்து எழுதினார், கூட்டங்களில் பேசினார்.

இதெல்லாம் முசோலினிக்குப் பிடிக்காது அல்லவா? அந்த ஆள் ரொம்பத்தான் பேசுகிறான். கொஞ்சம் வாயை அடக்கி வையுங்கள் என்று கருஞ்சட்டை ராணுவத்திற்கு ரகசிய உத்தரவைப் பிறப்பித்தார்.

1924 ம் ஆண்டு ஜூன் மாதம் பத்தாம் நாள் மெடியோட்டி காணாமல் போய்விட்டார்.

எல்லோருக்கும் முசோலினியின் மீது சந்தேகம். ஆனால் அதை வெளியே சொல்லமுடியவில்லை. இரண்டு மாதங்களுக்குப் பிறகு மெடியோட்டியின் உடல் ஒரு புதரில் கண்டெடுக்கப்பட்டது. பத்திரிகைகள் இந்தக் கொலையின் பின்னணியில் முசோலினி இருப்பதை சுட்டிக்காட்டி எழுதின.

முசோலினி தன் பங்குக்கு மெடியோட்டியைக் கொன்றவனைத் தேடினார். காவல்துறை தும்மினி என்றவரைக் கைது செய்து கொலைக் குற்றவாளி என்று சொல்லி சிறையில் அடைத்தது.

எதிர்க்கட்சிகள் இந்த கண்துடைப்பு நாடகத்தை நம்பவும் இல்லை, இந்த சந்தர்ப்பத்தை விடுவதற்கும் விரும்பவில்லை, மெடியோட்டியின் கொலைக்காக முசோலினியின் மீது நடவடிக்கை எடுக்க வேண்டும் என்று எழுதியும் பேசியும் வந்தன. ஆனால் மன்னர் இவைகளை கண்டு கொள்ளவேயில்லை. அவருடைய பயம் அவருக்கு. மன்னரின் ஆதரவு முசோலினிக்கு பெரிதும் ஆறுதல் தந்தது. அதிகமான துணிச்சலையும் ஏற்படுத்தியது.

நானே எல்லாம்

தேர்தலில் போதுமான வாக்குகள் கிடைக்காதபோதிலும், 1925ம் ஆண்டு ஜனவரி மாதம் 3ம் தேதி அவர் தன்னை இத்தாலியின் நிர்வாக அதிகாரியாக பிரகடனம் செய்து கொண்டார்.

மக்களையும் பத்திரிகை நிருபர்களையும் ஒரு முறை கூட்டினார் முசோலினி,

அவர்களிடம் இத்தாலியில் இதுவரையில் நடைபெற்ற அத்தனை விஷயங்களுக்கும் இத்தாலியின் பிரதமர் என்ற முறையில் நான் பொறுப்பேற்றுக் கொள்கிறேன். தற்போது இத்தாலிக்கு இரண்டு விஷயங்கள் மட்டுமே முக்கியமாகத் தேவைப்படுகின்றன.

ஒன்று வேலை.

மற்றொன்று அமைதியான சூழ்நிலை.

இவை இரண்டையும் தருவதே எனது தலையாய பணி. இதற்காக நான் எனது உடல் பொருள் ஆவி அத்தனையும் அர்ப்பணிக்கத் தயங்கமாட்டேன். அன்பான வழியில் அமைதியான முறையில் இவைகளை சாதிப்பேன், தேவைப்பட்டால் அடக்கு முறையைக் கையாள்வேன். இந்த பெரும்பணியை சாதிக்க உங்கள் அனைவருடைய ஒத்துழைப்பையும் எதிர்பார்க்கிறேன். இனிமேல் என்னை பிரதமர் என்று அழைப்பதை விட இல் டூச்சே - மக்கள் தலைவர் என்றே அழையுங்கள் அதையே நான் விரும்புகிறேன் என்று பெரிய உரை நிகழ்த்தினார்.

கேட்டவர்களுக்கு ஒன்றும் புரியவில்லை. எல்லாவற்றுக்கும் பொறுப்பேற்றுக் கொள்கிறேன் என்கிறார். அப்படியானால் மெடியோட்டியை கொன்றதற்குமா?

ஏற்கெனவே தலைவராக மன்னர் விக்டர் இமானுவேல் இருக்கிறார். இருந்தாலும் என்னை இத்தாலியின் தலைவர் என்று அழையுங்கள் என்கிறார் என்று குழம்பிப் போனார்கள்.

ஆனால் முசோலினிக்கு எந்தக் குழப்பமும் இல்லை, இத்தாலியின் உண்மையான ராஜா அவரே. அரசாங்கத்தின் தலைவரும் அவரே இதில் என்ன குழப்பம்?

மூன்று கொலை முயற்சிகள்

நாட்கள் நகர்ந்தன, அவர் மீது மக்களுக்கும் மற்றவர்களுக்கும் பகை அதிமாகியது. சிறு சிறு போராட்டங்கள் வெடித்தன. அப்போது தான் வைலட் கிப்ஸன் என்ற பெண் அவரை சுட்டுக் கொல்வதற்கு முயற்சி செய்து பிடிபட்டாள். இது குறித்த செய்திகளை நாம் முதல்

அத்தியாயத்தில் பார்த்திருக்கிறோம். விசாரணையின் முடிவில் அவள் மனநிலை பாதிக்கப்பட்டவள் என்று சொல்லப்பட்டது, அது எந்த அளவிற்கு உண்மை என்பது புரியவில்லை.

மனநிலை பாதிக்கப்பட்ட பெண் முசோலினியை கொல்வதற்கு முயற்சி செய்தது ஏன்?

முசோலினியால் தான் அவளது மனநிலை பாதிக்கப்பட்டு கொல்வதற்கு துப்பாக்கி ஏந்தினாளா? என்பது யாருக்கும் தெரியவில்லை. அந்தப் பெண்ணுக்குப் பிறகு ஜினோ லுசெட்டி என்பவர் அவரது காரை குறிவைத்து குண்டு வீசினார். நல்லவேளையாக அது குறிதப்பியது. மற்றொரு கார் அதற்குப் பலியானது. அவர் ஒரு தீவிரவாத இயக்கத்தை சேர்ந்தவர் என்பது புலன் விசாரணயில் தெரியவந்தது.

1926ம் ஆண்டு மற்றொரு கொலை முயற்சி மேற்கொள்ளப் பட்டது. இந்த முறை முசோலினியை துப்பாக்கியால் சுட்டவன் பதினைந்து வயதுச் சிறுவன். அவன் பெயர் அண்டெனோ சோம்பனி.

என்னப்பா நடக்கிறது? எதற்காக இத்தனை பேர் தன்னை கரம்கட்டி கொல்வதற்கு துடிக்கிறார்கள்? என்று முசோலினிக்குப் புரியவில்லை. இத்தனைக்கும் அவர் மக்களுக்கு எதிரான ஆட்டத்தை இன்னும் ஆரம்பிக்கவேயில்லை. கொத்துக் கொத்தாக கொல்லவில்லை, சிறையில் அடைத்து சித்ரவதை செய்யவில்லை, அறைக்குள் பூட்டிவைத்து விஷவாயு பிரயோகம் செய்யவில்லை. அதற்குள்ளாகவே இத்தனை எதிர்ப்பா? இத்தனை வீரியமா?

பத்திரிகைகளுக்கு வாய்ப்பூட்டு

முசோலினி யோசிக்க ஆரம்பித்தார், தனக்கு எதிராக சதி வேலைகள் நடக்கின்றன. இன்று இல்லாவிட்டால் நாளை நிச்சயமாக இது பெரிதாகிவிடும். இதை முளையிலேயே கிள்ளி எறிய வேண்டும் என்ன செய்யலாம். பின்மண்டையை தடவிய படியே சிந்தித்தார்.

இதை அமைதிவழியில் எதிர்கொண்டால் அதற்கு விலையாக தனது உயிரைக் கொடுக்க வேண்டியதிருக்கும். ஆகவே தன்னுடைய அதிரடி முறையில் தீர்வு காண முடிவு செய்தார். 1926ம் ஆண்டு நவம்பர் மாதத்தில் சில அதிரடியான அறிவிப்புக்களை வெளியிட்டார்.

பாசிஸ்டு கட்சியை எல்லா பத்திரிகைகளும் நிச்சயமாக ஆதரித்தே எழுத வேண்டும். இதற்கு விருப்பம் இல்லை என்றால் அவர்கள் பத்திரிகை தொழிலுக்கு முழுக்குப் போட்டுவிட்டு பால்வியாபாரம் செய்யப் போகலாம் என்பது முதல் அறிக்கையின் சாராம்சம்.

இதைக் கேட்டு பத்திரிகை உலகம் அதிர்ச்சி அடைந்தது. எல்லோரும் மனதிற்குள் குமுறினார்கள். ஆனால் வாய்திறக்க முடியுமா? கப் சிப் தான்.

சிலபேர் ஏதோ பேசுவதற்கு முயன்றபோது

"இதோ பாருங்கப்பா என்னையும் என் ஆட்சியையும் ஆதரித்து எழுதுங்களேன் என்ன குடி முழ்கிவிடப் போகிறது? அதை விட்டுட்டு எதுக்கு குறை சொல்லணும்.

இத்தாலி என்றால் நான், நான் என்றால் இத்தாலி அவ்வளவு தான். இந்த சின்ன விஷயத்தை எதுக்கு பெரிசாக்குறீங்க? ஆதரிச்சு எழுதுங்க. என்ன சலுகை வேணுமோ கேளுங்க செய்யறேன். ஆனால் எதிர்த்து ஒரு வார்த்தை எழுதினா? பத்திரிகை நடத்த முடியாது. அவ்வளவுதான் ஜாக்கிரதை என்று நிருபர்களிடம் நேரடி யாகவே தெரிவித்து விட்டார்.

உண்மை சுடும் என்பதை அப்போதுதான் பத்திரிகை நடத்துபவர்கள் தெரிந்து கொண்டனர். அவர்கள் முசோலினியைப் பற்றி இதுவரையில் எழுதி வந்த உண்மைகள் இப்போது அவர்களை சுட்டு விட்டன. சிலர் பத்திரிகைத்தொழிலை விட்டு ஊரைப் பார்க்கப் போய் விட்டனர், வேறு சிலர் அவரைத் துதி பாடி கட்டுரைகள் எழுதி பிழைப்பு நடத்த ஆரம்பித்தனர்.

அவர்கள் புத்திசாலிகள் காரணம்? மெடியோட்டியைப் போல காணாமல் போக அவர்களுக்கு விருப்பம் இல்லை.

இப்படியாக பத்திரிகையின் குரல்வளையை நெறித்து அதை அடக்கி வெற்றி பெற்ற முசோலினி அடுத்த தாக்குதலை வானொலி நிலையத்தின் மீது நடத்தினார்.

வேணு சீனிவாசன்

வானொலிக்கு வந்தது ஆபத்து

இந்த அடக்குமுறை போதுமா? இன்னும் கொஞ்சம் வேணுமா? என்பதைப் போல இருந்தது அவரது பாய்ச்சல்.

அவரைப் பற்றிய தகவல்கள் மட்டுமே இத்தாலிய வானொலி மூலமாக ஒலிபரப்பப்பட வேண்டும் அதுவும் அவரது சாதனைகள், வெற்றிகள், ராஜதந்திரங்கள் ஆகியவற்றை விவரித்து புகழ்பாட வேண்டும். அவருக்கு எதிராக ஒரு வார்த்தை கூட வெளியே வந்து மக்கள் காதுகளில் விழுந்து விடக் கூடாது. தினமும் அவரது கட்சியின் பெயரையும், புகழையும் மக்கள் கேட்டுக் கொண்டே இருக்கும் விதத்தில் செய்திகளும், தகவல்களும் வரவேண்டும். அவ்வளவு தான்.

இந்த நிபந்தனையின் காரணமாக வானொலி அவரது சுயபுராணம் தெரிவிக்கும் இயந்திர சாதனமாக மாறிப்போனது. அவரது கொள்கைகளை கூவிக்கூவி காற்றில் பரப்பியது.

நோ எதிர்க்கட்சிகள்

அவரது அபிமானி ஒருவர் முசோலினியின் காதைக் கடித்தார்,

ஐயா பத்திரிகைகளை முடக்கியாகிவிட்டது, அவர்கள் நாம் ஏதாவது தவறு செய்தால் மட்டுமே விமர்சனம் செய்து கட்டுரைகள் எழுதி வெளியிடுவார்கள். ஆனால் இந்த எதிர்க்கட்சிக்காரர்கள் இருக்கிறார்களே? இந்தப் பயல்கள் நம்மை ஒரு விநாடிகூட விடாமல் வேவு பார்க்கிறார்கள். அதுமட்டும் அல்ல எது செய்தாலும் எதிர்க்கிறார்கள். ஆகவே அவர்களை --- என்று இழுத்தார்.

அடடா இந்த விஷயத்தை மறந்துவிட்டேனே நல்லவேளை நினைவு படுத்தினாய் என்ற முசோலினி அடுத்த நாள் காலையில் ஒரு அதிர்ச்சி தரும் அறிக்கையை வெளியிட்டார்.

இத்தாலியில் பாசிஸ்டு கட்சியைத் தவிர மற்ற கட்சிகள் அனைத்தையும் நாட்டு நலன் கருதி தடை செய்கிறேன் என்பதே அந்த அறிக்கை.

எதிர்க்கட்சிக்காரர்கள் மட்டும் அல்ல, உலக நாடுகள் அனைத்துமே இந்த அறிக்கையைப் பார்த்து அதிர்ச்சி அடைந்தன. அரசியல் தலைவர்கள் ஆடிப்போனார்கள். முசோலினியால் மட்டுமே இது போன்ற தடாலடி நடவடிக்கைகளை எடுக்க முடியும் என்று பிரிட்டனும், பிரான்சும் வாய்பொத்தி நின்றன.

ஹிட்லரே இந்த அறிவிப்பைக் கண்டு அசந்து போய்விட்டார். ஆஹா இவரே நான் பின்பற்ற வேண்டிய உதாரண புருஷன் என்று முடிவு செய்தார். பிற்காலத்தில் அவர் செய்த எத்தனையோ கொடுமை களுக்கும், குரூரமான கொலைகளுக்கும் இந்த சிந்தனையே அடிப் படையாக இருந்தது. இந்த உலகத்தில் நான் யாரையாவது பின்பற்ற விரும்புகிறேன் என்றால் அது முசோலினியாகத்தான் இருக்கும் என்று அவர் ஒருமுறை பேட்டியில் தெரிவித்து இருக்கிறார். அந்த அளவிற்கு முசோலினியின் அடாவடியான நடவடிக்கைகள் உலகத்தில் உள்ள நல்ல தலைவர்களையும், சர்வாதிகாரிகளையும் திடுக்கிட வைத்து மாற்றிப் போட்டிருக்கின்றன.

இப்படியாக பத்திரிகைகள், வானொலிசேவை, அரசியல் கட்சி ஆகியவற்றுக்கு மூடு விழா நடத்திய பிறகு தொழிற்சங்கங்களை மட்டும் விட்டு வைப்பானேன்? என்று நினைத்த முசோலினி அவர்களுக்கும் பேச்சுரிமை, எழுத்துரிமை கூட்டம் போடும் உரிமை, மற்றும் சகல விதமான உரிமைகள் ஆகியவற்றை ஒரே இரவுக்குள் ரத்து செய்தார்.

கம்யூனிசம், சோஷலிசம் இது போன்ற வார்த்தைகளை இனிமேல் எவனும் உபயோகிக்கக் கூடாது, அந்த வார்த்தைகளை யார் பேசினாலும் விசாரணையின்றி காவலில் வைக்கப்படுவார்கள் என்று கட்டளை பிறந்தது.

நான்கு பேர் கூடி நின்று அரசியல் பேசுவது, முசோலினியை விமர்சனம் செய்வது, இது சரியா தவறா என்று விவாதம் செய்வது இதெல்லாம் தேவையில்லை. வேலை செய்யுங்க சம்பளத்தை வாங்கிட்டு போய்க்கிட்டே இருங்க. அந்தப் பக்கம் இந்தப் பக்கம் பார்த்தா ஜெயில் தான் என்று கட்சி ஆட்கள் வந்து தொழிற்சங்கத் தலைவர்களை மிரட்டி வைத்தனர். இவைகளை எல்லாம் மீறி பாசிஸ்டு கட்சியைப் பற்றி தரக்குறைவாக பேசியவர்கள் தாக்கப் பட்டார்கள், சிலர் காணாமல் போய்விட்டார்கள், பலர் பகிரங்கமாக சிறைபிடிக்கப்பட்டு சித்ரவதைக்கு உள்ளானார்கள்.

சித்ரவதைப் படலம்

இத்தனை தடைகளை ஏற்படுத்தியும் அவருக்கு ஏனோ திருப்தி ஏற்படவில்லை. இவைகளையும் மீறிக் கொண்டு தன்னை எதிர்ப்பார்களோ? கொன்று விடுவார்களோ? என்ற அச்சம் ஆட்டிப் படைத்தது. ஆகவே மக்கள் கிளர்ச்சியில் ஈடுபடுகிறார்களா என்பதை கண்காணிக்க சிறப்பு ரகசியப்படை ஒன்றை உருவாக்கினார். இந்தப் படையினர் சாதாரண மக்கள் உடையில் அங்கும் இங்கும் திரிந்தனர்.

முசோலினியை, பாசிஸ்டு கட்சியை விமர்சனம் செய்பவர்களை கண்டறிந்து சிறை பிடித்தனர். இப்படியாக 1927ம் ஆண்டு முதல் 1940 ஆண்டு வரையில் 4000 பேர் கைது செய்யப்பட்டனர், பத்துக்கும் அதிகமானவர்கள் விசாரணையின்றி தூக்கிலிடப்பட்டனர். மற்றவர்கள் சிறையை விட்டு வெளியே வரவில்லை.

பாசிசக் கொள்கையை எதிர்த்தவர்கள் கைது செய்யப்பட்டு மத்தியதரைக் கடலில் இருக்கும் பொன்சா, லிபாரி சிறைகளில் அடைக்கப்பட்டனர்.

ஐயோ என்னால் இந்த வலியைத் தாங்க முடியலியே என்ன கொன்னுடுங்க ப்ளீஸ் என்று கெஞ்சும் அளவிற்கு சித்ரவதைகளை அனுபவித்தனர்.

கண்களிலும் ஆசனவாயிலும் மிளகாய்ப் பொடியை வைத்து கட்டினார்கள்.

கொதிக்கும் உலோகக் குழம்பில் கைவிரல்களை நனைத்து எடுத்தார்கள்.

கண்களில் ஊசிகளைக் கொண்டு குத்தினார்கள்.

பூச்சி மருந்தை கண்களில் அடித்து குருடாக்கினார்கள்.

மின்சார நாற்காலியில் உட்கார வைத்தார்கள்.

முள்கம்பிகளால் அடித்தார்கள்.

பலநாட்கள் குடிப்பதற்கு ஒரு சொட்டுத் தண்ணீர் கொடுக்காமல் வெட்ட வெளியில் நிற்க வைத்தார்கள்.

விஷவாயு செலுத்தப்பட்ட அறைக்குள் அடைத்தார்கள்.

பெண்களின் நிலை? சொல்லவே வேண்டாம்

என்று சித்ரவதைப் பட்டியல் மிக கொடூரமாக இருந்தது என்பதை சரித்திரக் குறிப்புக்கள் தெரிவிக்கின்றன.

பாசிஸ்டு கட்சிக்கு எதிரானவர்கள் ஒன்று மண்ணுக்குள் இருக்க வேண்டும் இல்லை என்றால் இத்தாலியை விட்டு ஓடிப் போய்விட வேண்டும் என்ற பயங்கர நெருக்கடியை முசோலினி உண்டாக்கினார். அடக்குமுறைக்கு அஞ்சியவர்கள் இரவோடு இரவாக இத்தாலியை விட்டு தப்பிச் சென்று தலைமறைவு வாழ்க்கை வாழ்ந்தனர்.

இதற்கு அடுத்ததாக அவர் பள்ளிகளில் மாணவர்களிடமும் ஆசிரியர்களிடமும் தனது அதிகாரத்தை கொண்டு வந்தார். கடவுள் வணக்கம் இருக்கட்டும் முதலில் முசோலினிக்கு வணக்கம் என்றும் பிறகு இத்தாலிக்கு வணக்கம் என்று சொல்லிவிட்டு பாடங்களை ஆரம்பியுங்கள் என்று கட்டளையிட்டார். ஆகவே காலையில் எல்லா மாணவ மாணவிகளையும் ஒருங்கிணைத்து செய்யப்பட்ட பிரார்த்தனை நேரம் இப்போது முசோலினியின் துதிபாடும் நேரமாக மாற்றப்பட்டது.

இது மட்டும் போதுமா? அவர் தனது ஆட்சியின் சாதனைகளை விவரிக்கும் செய்திப்படங்களை குறும்படங்களை அரசு சார்பில் தயாரிக்க உத்தரவிட்டார். அந்தப் படங்கள் எல்லா திரையரங்குகளிலும் காட்டப்பட்டன. அவைகளை மக்கள் கண்டிப்பாக பார்த்தே தீர வேண்டும் என்று கட்டாயப்படுத்தப்பட்டனர். யாரும் அதைப் பார்க்காமல் தப்பி வெளியே செல்லாதவகையில் காவலர்கள் கண்காணித்தனர். அதையும் மீறி டேக்கா கொடுத்து விட்டு தப்பியவர்களை காவல்துறை பிடித்து வந்து நடுத்தெருவில் வைத்து சாட்டையடி கொடுத்தது. யாருக்கும் அவரை ஏன் அடிக்கிறார்கள் என்பது தெரியாது, ஆனால் அந்த நபருக்கு மட்டுமே முசோலினியைப் புகழும் செய்திப்படத்தை தான் பார்க்காமல் நழுவியதற்கே இந்த தண்டனை என்பது புரியும். அதை அவரால் வெளியே சொல்லி அழக்கூட முடியாது. ஏன் என்றால் அது கூட அரசுக்கு எதிரான குற்றமாக கருதப்பட்டு மேலும் சித்ரவதைகள் அதிகமாகும்.

இப்படியாக சர்வ அதிகாரங்களையும் தனது கைக்குள் வைத்துக் கொண்டு இத்தாலியை ஆட்டிப் படைத்துக் கொண்டிருந்தார் முசோலினி. மன்னிக்கவும் இல் டூச் சே.

முசோலினியின் கையெழுத்து

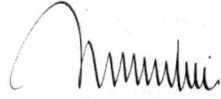

13

இனப்பெருக்க சக்தியே நாட்டின் வலிமை

இப்படி யாராவது சொன்னால் தற்காலத்தில் சிரிப்பு வரும் அல்லவா? ஒரு நாட்டின் வலிமைக்கு அந்த நாட்டின் மக்கள் தொகைப் பெருக்கமே அடிப்படையான காரணம் என்ற பொன்மொழியை உதிர்த்தவர் முசோலினி. இந்தப் பொன்மொழியை உபதேசம் செய்ததோடு நிற்காமல் அதிக குழந்தைகளைப் பெற்றுக் கொள்ளுங்கள் என்று சட்டம் போட்டு ஆணையிட்டவரும் அவர்.

தற்காலத்தில் உலக நாடுகள் அனைத்திலும் மக்கள் தொகைப் பெருக்கம் பெரிய தலைவலியை ஏற்படுத்தி வருகிறது. இந்தியாவில் பாரதியார் காலத்தில் முப்பது கோடியாக இருந்த மக்கள் தொகை தற்போது 115 கோடியைத் தாண்டுகிறது. இதனால் உணவுப் பற்றாக்குறை, இடப்பற்றாக்குறை, தண்ணீர் பஞ்சம், வேலையில்லாத் திண்டாட்டம், தொற்று நோய்களின் தாக்கம் என்று எண்ணிக்கை சொல்லமுடியாத பாதிப்புக்களை சந்தித்து வருகிறோம். ஆகவே மக்கள் தொகையை கட்டுப்படுத்த சொல்லி அரசாங்கம் வேண்டுகோள் விடுக்கிறது. இந்தியாவின் இன்றைய நிலைமை இது. ஆனால் அன்று இத்தாலியின் சர்வாதிகாரியாக விளங்கிய முசோலினி இதை எல்லாம் கவனிக்காமல் ஒரு நாட்டின் தலைவிதி அந்த நாட்டு மக்களின் இனப்பெருக்க சக்தியில் தான் இருக்கிறது என்று முழங்கினார்.

இவன் என்ன கிறுக்கனா? என்ற அத்தனை நாடுகளும் அவரை ஆச்சரியத்தோடு பார்த்து புன்னகை செய்தன. அதைப் பற்றி எல்லாம் கவலைப்படும் நிலையில் அவர் இல்லை. ஏராளமான கட்டுப்பாடுகள், அடக்குமுறைகள், தண்டனைகள், வாய்ப்பூட்டுக்கள் இத்தனை தொல்லைகளையும் தாங்கிக் கொண்டிருக்கும் மக்களுக்கு சில நல்ல திட்டங்களையும் அமல்படுத்த அவர் திட்டம் தீட்டி இருந்தார்.

அதிக குழந்தை பெற்றால் பரிசு

அவர் தீட்டிய திட்டங்களில் ஒன்று தான் அதிக குழந்தைகளைப் பெற்றுக் கொள்ளுங்கள் என்ற பிரச்சாரம்.

அந்தக் காலத்தில் இத்தாலியின் ஜனத்தொகை 4 கோடியாக இருந்தது. அதை 1950ம் ஆண்டுக்குள் ஆறு கோடியாக உயர்த்த வேண்டும் என்பது அவரது திட்டம். இந்த திட்டத்திற்கு அவர் பிறப்புக்கான போராட்டம் என்பது பெயர். அதிக குழந்தைகளை பெற்றுக் கொடுப்பது பெண்களின் வேலை, ராணுவத்திற்கு சென்று சேவை செய்வது ஆண்களின் கடமை அவ்வளவுதான் விஷயம். இந்த திட்டத்தில் ஆறு குழந்தைகளைப் பெற்றவர்களுக்கு வருமான வரிச் சலுகைகள் அளிக்கப்பட்டன என்பது கேலிக்கூத்து. இது கேலிக்கூத்தா அல்லது இரக்கச்சலுகையா என்பது கடவுளுக்கே வெளிச்சம்.

அதிக எண்ணிக்கையில் குழந்தை பெற்றவர்களுக்கு வரிச்சலுகை அளிக்கப்பட்டதைப் போலவே குறைவான குழந்தை பெற்றவர்களிடம் அபராதம் வசூலிக்கப்பட்டது. அது மட்டும் அல்ல உனக்கு வயது என்ன?

இருபது.

அப்படியா ஏன் இன்னும் திருமணம் செய்து கொள்ளவில்லை

வருமானம் போதவில்லை.

இதெல்லாம் ஒரு காரணமா? சீக்கிரமாக திருமணம் செய்து கொண்டு பிள்ளைகளை பெற்றுக் கொடு. அதுவரையில் உனக்கு இரண்டு மடங்கு வரி விதிக்கிறேன். என்றனர் அதிகாரிகள். இப்படியாக திருமணம் ஆகாதவர்களிடம் அதிகமான அளவில் வரிவசூல் செய்யப்பட்டது.

மேலும் சிறுமிகள் வயதுக்கு வந்த உடனே திருமணம் செய்து கொண்டு பிள்ளைப் பெற்றுக் கொடுக்க வேண்டும் என்று அரசாங்கத்தினால் வற்புறுத்தப்பட்டனர். முசோலினி இத்தாலியப் பெண்களை வெறும் பிள்ளைப் பெற்றுத் தரும் இயந்திரமாகவே நினைத்தார்.

அதன் படியே சட்டங்களை இயற்றினார், அவைகளை வலுக்கட்டாயமாக நடைமுறைப்படுத்தினார். இதைப் பெண்கள் வெறுத்தனர், அவரை தங்கள் மனம் போனபடி சபித்தனர். ஆனால் இவைகளை யாருக்கும் தெரியாமல் மனத்திற்குள்ளேயே செய்தனர்.

1933ம் ஆண்டு ஒரு இடத்தில் அநேக இத்தாலியத் தாய்மார்கள் ஒன்றாகத் திரண்டிருந்தனர். அவர்கள் முகத்தில் பெருமிதம் மகிழ்ச்சி. அதே அளவிற்கு அதிகாரிகள் முகத்திலும் வெளிச்சம். என்ன காரணம்?

அங்கிருந்த 93 பெண்களும் அதிக எண்ணிக்கையில் குழந்தைகளைப் பெற்றிருந்தனர். 93 தாய்மார்கள் பெற்றெடுத்த குழந்தைகளின் மொத்த எண்ணிக்கை 1312. தனது பிறப்புக்கான போராட்டம் என்ற திட்டத்தின் கீழ் அதிக எண்ணிக்கையில் குழந்தைகளைப் பெற்று இத்தாலியின் ஜனத்தொகையை உயர்த்திய காரணத்திற்காக முசோலினி அவர்களை கவுரவித்தார், பல பரிசுகளைத் தானே நேரில் வந்து வழங்கினார்.

இப்படியெல்லாம் ஜனத்தொகையை உயர்த்த அவர் அரும்பாடு பட்டு சட்டங்கள் போட்டதற்கு என்ன காரணம்?

ராணுவப்படையை மிகப் பிரம்மாண்டமானதாக பெருக்குவதற்கு ஆசைப்பட்டார். அதோடு மட்டும் இல்லாமல்,

சிறுவர்களை மட்டுமே சேர்த்து அவர் தனது ராணுவத்தில் சிறுவர் ராணுவப்படை ஒன்றை அமைத்திருந்தார். அதில் பயிற்சி பெறும் சிறுவர்கள் ஒவ்வொரு நாளும்…

நாங்கள் முசோலினிக்கும் அவருடைய ஆட்சிக்கும் பக்க பலமாகவும் பாதுகாப்பாகவும் இருப்போம் என்று உறுதிமொழி எடுத்துக் கொள்வார்கள். இந்த சிறுவர் ராணுவத்தில் சிறுமிகளுக்கு இடம் இல்லை.

ஒரு காலத்தில் அவருடைய இளவயதில் ராணுவத்தில் சேர்வதை தவிர்ப்பதற்காக ஸ்விட்சர்லாந்துக்கு தப்பியோடிய முசோலினி தான் ஆட்சியைப் பிடித்ததும் முற்றிலும் எதிராக

மாறிப்போனார். வீட்டுக்கு ஒரு பெரியவர் என்பதோடு சிறுவர்களையும் விட்டு வைக்காமல் அவர்களுக்கு பள்ளிகளின் மூலமாக கட்டாய ராணுவப் பயிற்சிகளை அளித்தார்.

ராணுவப் பயிற்சிக்கு அதிக எண்ணிக்கையில் சிறுவர்கள் தேவைப்பட்டதால் அவர் மக்கள் தொகையை உயர்த்தும் திட்டத்தை கொண்டு வந்தார். ஆனாலும் அவரது திட்டத்திற்கு மக்களிடம் அதிக வரவேற்பு இல்லை. அரசாங்கம் தரும் பரிசுகளுக்காகவும், வெகுமதிக் காகவும் மட்டும் அதிக பிள்ளைகள் பெற்றுக் கொள்ள யாரும் முன் வரவில்லை. குடும்பத்தில் பிள்ளைகள் அதிகமானால் அவர்களுக்கு உணவும், உடைகளும், கல்விச் செலவும் எகிறும் அல்லவா? வருமானத்தை உயர்த்தும் வழிகாட்டாமல் பிள்ளைகளை மட்டும் பெற்றுக் கொள்ளச் சொல்லும் முசோலினியின் முட்டாள் தனத்தைப் பெற்றோர்கள்; வெறுத்தனர். எனவே அவர் நினைத்த அளவிற்கு இத்தாலியின் மக்கள் தொகைப் பெருக்கம் ஏற்படவில்லை. இந்த திட்டம் தோல்வியைக் கண்டது.

இந்த திட்டத்தை அமல்படுத்தியதால் முசோலினி ஒரு உண்மையை உணர்ந்து கொண்டார். மக்கள் ஆதரவு இல்லாமல் அரசாங்கம் போடும் எந்த திட்டமும் வெற்றி அடையாது என்பதே அது. அதோடு ஒரு நாட்டின் மக்கள் தொகை பெருக்கத்திற்கு ஏற்ப அந்த நாட்டின் உணவு உற்பத்தியும் அதிகமாகவேண்டும் என்ற ஒரு அனுபவ பாடமும் அவருக்கு கிடைத்தது.

உணவு உற்பத்தியைப் பெருக்க என்ன செய்யலாம் என்று அதிகாரிகளுடன் கலந்து ஆலோசித்தார்.

நம் நாட்டில் உணவு உற்பத்தி குறைவாகத் தான் இருக்கிறது என்றார் ஒருவர்.

அதற்குக் காரணம் என்ன? என்றார் முசோலினி.

விளைநிலங்கள் குறைவு, சதுப்பு நிலங்கள் அதிகம் என்று பதில் வந்தது.

சதுப்பு நிலங்களை விளைநிலங்களாக மாற்றிவிட்டால்?

உற்பத்தி பெருகும், நாடு தன்னிறைவு அடையும்.

அப்படியானால் உடனே சதுப்பு நிலங்களை விளைநிலங்களாக மாற்றும் திட்டத்தை அமல் படுத்துங்கள் என்று ஆணையிட்டார் முசோலினி. இந்த திட்டத்திற்கு நிலத்திற்கான போராட்டம் என்று பெயரிடப்பட்டது.

1928ம் ஆண்டு முதல் 1938ம் ஆண்டு வரையில் ஏறக்குறைய எண்பதாயிரம் ஹெக்டேர் சதுப்பு மற்றும் கரடுமுரடான நிலங்கள் சீர்த்திருத்தி உபயோகத்திற்காக கொண்டு வரப்பட்டது. இந்த திட்டத்தினால் ஏராளமான மக்களுக்கு வேலைவாய்ப்பு கிடைத்தது. சாலைகள், ரயில் பாதைகள் ஏற்பட்டன. பல புதிய நகரங்கள் உருவாகின. இந்த திட்டத்திற்கு மக்களிடையே நல்ல வரவேற்பு கிடைத்தது. உணவு உற்பத்தி பெருகியதோ இல்லையோ ஆனால் நீண்ட சாலைகள் வந்ததால், போக்குவரத்து, வாணிபம் ஆகிய துறைகளில் அபிவிருத்தி காணப்பட்டது. முசோலினியினால் இதுபோல பல திட்டங்கள் கொண்டு வரப்பட்டன.

அவற்றில் வெற்றி அடைந்தது இந்த ஒரு திட்டம் தான். இதுவரையில் இரண்டு திட்டங்களைப் பார்த்தோம். மற்ற திட்டங்களைப் பற்றியும் தெரிந்து கொள்ளலாம்.

14

லிராவுக்கான போராட்டம்

முசோலினி பதவி ஏற்ற காலத்தில் இத்தாலி நாணயமான லிராவுடைய மதிப்பு பெரிதும் வீழ்ச்சி அடைந்திருந்தது. 1922ம் ஆண்டு ஒரு பவுண்டுக்கு நிகராக 90 லிரா இருந்தது. ஆனால் 1926ம் ஆண்டு இதுவே 150 லிராவாக வீழ்ச்சி அடைந்தது. இந்த பண வீக்கத்தை எப்படி கட்டுப்படுத்துவது என்று யோசித்த முசோலினி, லிராவுக்கான போராட்டம் என்ற திட்டத்தை கொண்டு வந்தார்.

இந்த திட்டத்தின் படி ஏற்றுமதிப் பொருட்களின் விலையை உயர்த்தினார். அண்டை நாடுகளில் இருந்து குறைந்த விலையில் இறக்குமதியாகும் பொருட்களை அதிக அளவில் வாங்கினார். இவ்வாறு செய்வதால் இத்தாலியில் உற்பத்தியாகும் பொருட்களை அதிக விலை கொடுத்து அண்டை நாடுகள் வாங்கும், அதனால் வருவாய் பெருகும், என்று அவர் நினைத்தார். ஆனால் அவர் நினைத்தபடி நடக்கவில்லை, வெளிநாடுகள் இத்தாலிய பொருட்களை அதிகவிலை கொடுத்து வாங்காமல் நிறுத்திவிட்டன. இதன் காரணமாக உற்பத்தியான பொருட்கள் நாட்டில் ஏராளமான அளவில் தேங்கின. பாதி அழுகின மீதி வீணாகின. இதனால் வியாபாரிகளுக்கும் உற்பத்தியாளர்களுக்கும் பெருத்த நஷ்டம் ஏற்பட்டது.

குறைந்த விலையில் வைக்கோலை கப்பல் கப்பலாக இறக்குமதி செய்து விட்டு, உள்ளூரில் உற்பத்தியாகும் பாலின்

விலையை உயர்த்தி விட்டால் அது எப்படி ஏற்றுமதியாகும். இந்த நடைமுறையை முசோலினி அறியாமல் திட்டத்தை தீட்டி செயல் படுத்தியதால் நாடு பொருளாதாரத்தில் தள்ளாட ஆரம்பித்தது.

குறைந்த விலைப் பொருட்களை மட்டுமே இறக்குமதி செய்த காரணத்தினால் மருந்துப் பொருட்களும், இரும்பு உலோகப் பொருட்களும் இறக்குமதி செய்யப்படவில்லை.

இதனால் நோய்தாக்குதல் அதிகமாகியது, பல மருத்துவ மனைகள் செயலிழந்தன, இறப்பு எண்ணிக்கை அதிகமாகியது, உலோகங்களின் பற்றாக்குறையினால் தொழிற்சாலைகள் பாதிக்கப் பட்டன. இந்த திட்டம் தோல்வி கண்டது. முசோலினியால் லிராவின் மதிப்பை உயர்த்தவே முடியவில்லை.

கோதுமைப் புரட்சி

தானியங்களின் உற்பத்தியைப் பெருக்குவதற்காக அவர் தானியங்களுக்கான போராட்டம் என்ற திட்டத்தைக் கொண்டு வந்தார். காய்கறிகள், பழங்கள் ஆகியவற்றை நிறுத்திவிட்டு அனைத்து விவசாயிகளையும் கோதுமை பயிரிடுமாறு சட்டம் போட்டார். அவரே வயலில் இறங்கி விவசாயத்தை தொடங்கி வைத்து, பத்திரிகைகளில் போட்டோவும் பேட்டியும் அளித்தார். பெரியஅளவில் இந்த திட்டத்திற்கான பிரச்சாரங்கள் மேற்கொள்ளப் பட்டன. வெளிநாட்டில் இருந்து இறக்குமதி செய்யப் படும் கோதுமையின் அளவைக் குறைப்பதற்கும், உள்நாட்டு கோதுமை ஏற்றுமதியை அதிகரிக்கவும் மேற்கொள்ளப்பட்ட இந்த திட்டம் எதிர்பார்க்காத திசையில் பாய்ந்தது.

உள்நாட்டு கோதுமையை குறைந்த விலையில் விற்பதற்கு முடியவில்லை, அதை அதிக விலை கொடுத்து வாங்கவேண்டிய அவசியம் மக்களுக்கு ஏற்பட்டது. ஆனால் அமெரிக்காவில் இருந்து இறக்குமதி செய்யப்பட்ட கோதுமை குறைந்த விலைக்கு கிடைத்தது. எனவே உள்நாட்டு கோதுமைக்கு வரவேற்பு குறைந்ததால் இந்த திட்டம் கைவிடப்பட்டது.

விஷயம் இதோடு போகவில்லை, குதிரை எஜமானனை கீழே தள்ளி விட்டதோடு நெஞ்சிலும் ஏறிமிதித்த கதையாக இந்த திட்டம் மற்றொரு தாக்கத்தையும் ஏற்படுத்தியது. விவசாயிகள் தொடர்ந்து பத்து வருடங்களுக்கு வெறும் கோதுமையை மட்டுமே பயிர் செய்தனர். காய்கறிகள், பழங்கள், பூக்கள், மற்ற குறுதானியங்கள் ஆகியவற்றை ஒதுக்கி விட்டனர். இதன் காரணமாக மற்ற அத்தனை உணவுப் பொருட்களுக்கும் தட்டுப்பாடு ஏற்பட்டது. இது இரண்டாம் உலகப்போரின் போது இத்தாலியில் மிகப் பெரிய பஞ்சமாக தலை விரித்து ஆடி மக்களை பலி கொண்டது. எதிர்காலத்தை பற்றிய கணிப்பு இல்லாத திட்டங்கள் மக்களை எந்த அளவிற்கு சீரழிக்கும் என்பதற்கு முசோலினியின் நடத்தை உலகவரலாற்றில் சாட்சியாக இருக்கிறது.

திட்டங்களைப் பற்றிய தெளிவும், எதிர்கால நோக்கமும், அந்த திட்டத்தினால் ஏற்படும் சாதக பாதகங்களும் வல்லுநர்களிடையே கலந்து உரையாடப்பட வேண்டும். வெறும் அறியாமையின் அடிப்படையில் உணர்ச்சி வசப்பட்டு முடிவு எடுக்காமல் அறிவுபூர்வமாக சிந்தித்து அதன் அடிப்படையில் நாட்டு திட்டங்கள் பற்றிய முடிவுகள் எடுக்கப்படவேண்டும். ஆனால் முசோலினி இதையெல்லாம் அறியாமலோ அல்லது கண்டு கொள்ளாமலோ மனம் போன போக்கில் மேம்போக்காகவே திட்டங்களை செயல்படுத்தினார்.

முசோலினி மக்களின் நலன் கருதியோ அல்லது அவர்களை திருப்திப்படுத்தும் விதமாகவோ கொண்டு வந்த லிராவுக்கான போராட்டம், தானியங்களுக்கான போராட்டம், பிறப்புக்கான போராட்டம், நிலத்துக்காக போராட்டம், ஆகியவற்றில் நிலங் களுக்கான போராட்டம் மட்டுமே சற்று வெற்றி முகத்தைக் காட்டியது. மற்ற திட்டங்கள் படுதோல்வி அடைந்தன.

ஒரு நாள் பத்திரிகையாளர்களை அழைத்தார். நாட்டு நன்மைக்காக பாசிஸ்டு கட்சியை புகழ்ந்து எழுதுங்கள், எனது சாதனைகளைப் பட்டியலிடுங்கள் என்று உத்தரவிட்டார் இல்லை எச்சரித்தார். எதற்காக இந்த ஆளை எதிர்த்துக் கொள்வது முதலையும், மூர்க்கனும் பிடித்ததை விடமாட்டார்கள். ஆகவே இவருடன் சமாதானமாகப் போவதே சாலச்சிறந்த பிழைக்கும் வழி என்று முடிவு கட்டிய பத்திரிகை அதிபர்கள் அவரை வானளாவப் புகழும் வேலையை சிரத்தையோடு செய்ய ஆரம்பித்தனர்.

இத்தாலியை முன்னேற்ற அவதரித்தவர் முசோலினி.

நேற்று மழை பெய்தது அது யாரால் முசோலினியின் நல்லாட்சியால்தான்.

இத்தாலியின் பொருளாதாரத்தை உலக நாடுகளுக்கு இணையாக உயர்த்த அவர் அல்லும் பகலும் பாடுபடுகிறார். ஆகவே அவரது கரங்களை வலுப்படுத்துவது நமது கடமை.

நேற்று நடந்த மலர்க்கண்காட்சியில் தலைவர் முசோலினியின் முகத்தைப்போல அலங்கரிக்கப்பட்ட மலர்கள் பார்ப்பவர்களை பரவசப்படுத்தின. இதைக் காட்சிப்படுத்திய பள்ளி மாணவர்களுக்கு அந்தப் போட்டியில் முதல் பரிசு வழங்கப்பட்டது.

என்ற ரீதியில் பத்திரிகைகள் அவருக்குப் புகழாரம் சூட்டின.

இத்தாலி என்ற தனிநாடு

இது மட்டும் போதாது எனது பெருமையை சர்வதேச அளவில் உயர்த்திக் காட்ட வேண்டும் என்று ஆசைப்பட்டார் அதற்காக என்ன செய்யலாம் யோசித்தார்.

ஆஹா அருமையான யோசனை.

இத்தாலிக்கும், கத்தோலிக்க திருச்சபைக்கும் பல வருடங்களாக சுமுகமான உறவு இல்லை. அவைகள் எலியும் பூனையுமாக ஒன்றை ஒன்று விரட்டிக் கொண்டிருந்தன.

நாத்திகரான அவர் திருச்சபையின் மீது எந்த நல்ல அபிப்பிராயமும் கொண்டது கிடையாது. கிறிஸ்தவத்துக்கு எதிரான கடவுள் மறுப்புக் கொள்கையை கடைப்பிடித்து வந்தார். அதனால் என்ன உலகமே என்னை வியந்து பார்க்க வேண்டும் என்றால் அவர்களுடன் நட்புறவு கொள்ளத்தான் வேண்டும். மற்ற நாடுகளின் கவனத்தை ஈர்க்க வேண்டும் என்றால் இதைப் போன்ற ஒரு புரட்சியை செய்து தான் ஆகவேண்டும். அதற்காக கொள்கையை சிறிது தளர்த்திக் கொள்ளத்தான் வேண்டும் என்று விரும்பினார்.

இதன் அடிப்படையாக 1929 ம் ஆண்டு பிப்ரவரி 11ம் நாள் போப் ஆண்டவர் பையசுடன் ஒரு ஒப்பந்தம் செய்து கொண்டார். இந்த ஒப்பந்தத்திற்கு லெட்டரன் ஒப்பந்தம் என்று பெயர்.

இதன் படி போப் ஆண்டவர் வசித்த வாடிகன் என்ற சிறிய நகரத்தை முசோலினி தனி நாடாக அங்கீகரித்தார். இதற்கு பதில் உதவியாக போப் ஆண்டவர் இத்தாலியை தனிநாடாக ஏற்றுக் கொண்டார். நீ செய்ததற்கு நான் செய்தது சரியாகப் போயிற்று.

இனிமேல் நாம் இருவரும் நண்பர்கள் என்று சொல்லிக் கொண்டனர். இதன் மூலமாக இத்தாலியை தனிநாடாக மாற்ற வேண்டும். அகன்ற நாடாக வளர்க்க வேண்டும் என்ற நீண்ட கால முசோலினியின் கனவு நினைவாகியது. அவர் அடைந்த மகிழ்ச்சிக்கு அளவேயில்லை.

கத்தோலிக்கர்களும், உலக கிறிஸ்துவ நாடுகளும் இந்த ஒப்பந்தத்தை வரவேற்றன, முசோலினியின் சாதுர்யத்தை புகழ்ந்தன. நாத்திகராக இருந்தபோதிலும் திருச்சபையுடன் நல்லுறவு பாராட்டும் அவரை வாழ்த்தின. அவரது பெருங்குணத்தைப் போற்றின. அவர் நினைத்ததைப் போலவே உலக நாடுகளின் போர்வையில் இப்போது முசோலினி மிக உயர்ந்த மனிதராகிவிட்டார்.

இந்த ஒப்பந்தம் ஒன்றும் சும்மா நடக்கவில்லை, ஏராளமான சொத்துக்கள் கைமாறின. முசோலினி இத்தாலி உள்ளிட்ட தனது காலனி நாடுகளில் வசிக்கும் மக்களிடம் இருந்து வசூல்செய்த வரிப்பணத்தை போப் ஆண்டவருக்கு கொடுத்திருக்கிறார். அந்த சொத்துக்களை திருச்சபை ஐரோப்பிய நாடுகளில் முதலீடு செய்திருக்கிறது என்ற தகவல்கள் வெளியே கசிந்தன. இது உண்மையாகவும் இருக்கலாம். எது எப்படியான போதிலும் திருச்சபையும், நாத்திகரான முசோலினியும் இணைந்து விட்டனர்.

இந்த ஒப்பந்தம் நீண்ட நாளைய பனிப்போரை ஒரு முடிவுக்கு கொண்டு வந்து விட்டது என்பதே உண்மை.

அடுத்த பத்து வருடங்களில் இத்தாலி அமைதியான வழியில் படாதபாடுபட்டு நடக்க ஆரம்பித்தது.

இப்படியும் சில சட்டங்கள்

இவர் யார் தெரியுமா? கடவுளால் அனுப்பப்பட்ட உத்தமர் என்று இத்தாலிய மக்கள் அவரைப் போற்ற ஆரம்பித்தனர். இதை சரியாக அவர் பயன்படுத்திக் கொண்டார். மேடைகளில் தனது சாமர்த்தியர்த்தை காண்பித்து பேசினார், மக்களைக் கவர்ந்தார். அவரது பேச்சைக் கேட்ட மக்கள் நாட்டின் நிலைமை பற்றி மறந்து விட்டனர். இதனால் தான் அவருக்கு இத்தாலியை ஆட்சி புரியும் அதிகாரம் கிடைத்தது. அவருடைய கண்காணிப்பில் அரசு இயந்திரம் இயங்கியது.தொழிற்சாலைகள், பள்ளிகள், மற்றும் அச்சகங்கள், பத்திரிகைகள் ஆகியன அவரது கைப்பிடிக்குள் வந்து விட்டன.

வானளாவ அதிகாரம் கிடைத்ததும் வாய்க்கு வந்ததை அவர் சட்டமாக்கினார்.

வேலைநாட்கள் அதிகமாகும். ஆனால் அதே சம்பளமே தரப்படும்.

செய்தித்தாள்கள் ஆறுபக்கங்களுக்கு மேல் இருக்கக்கூடாது

எரிவாயு எரிசாராயத்துடன் கலந்து விற்பனை செய்யப் படவேண்டும்.

சொகுசு பங்களாவை இனிமேல் யாரும் கட்டக்கூடாது.

இரவு பத்து மணிக்கு மேல் எந்த வியாபாரமும் நடைபெறுவது சட்டப்படி குற்றமாகும்.

ரொட்டித் துண்டங்களில் பதினைந்து சதவீதம் வெள்ளை அல்லாத மற்ற மாவுகள் இருத்தல் வேண்டும்

இது போன்ற சட்டங்களின் காரணமாக அவர் சர்வாதிகாரி என்ற பதவிக்கும் வார்த்தைக்கும் மிகச் சரியாகப் பொருந்தினார். தேர்தல்கள் அவரது இஷ்டப்படியே நடந்தன.

அவருக்கு இத்தாலியை அகண்ட நாடாக்கவும், ரோமைப் போல பேரரசாக மாற்றவும் தணியாத தாகம் இருந்தது. அதற்காக அண்டை நாடுகளை கபளீகரம் செய்ய ஆசை கொண்டார். 1923ம் ஆண்டு கோர்பு என்ற கிரேக்கத்தீவின் மீது குண்டுமாரி பொழிந்து அதை தன் கட்டுப்பாட்டுக்குள் வைத்திருந்தார்.

பாலைவனச் சிங்கம்

பாலைவனச் சிங்கம் என்று அழைக்கப்பட்ட உமர் முக்தார் லிபியாவில் பிறந்தவர். பழங்குடி இனத்தைச் சார்ந்தவர். 1912ம் ஆண்டு முதலாக இவர் இத்தாலியின் ராணுவ ஆட்சிக்கும், ஆதிக்கத்திற்கும் எதிராக போர்க்கொடி உயர்த்தினார்.

1912ம் ஆண்டு லிபியாவை இத்தாலி கைப்பற்றியது, அது முதல் லிபியாவின் உரிமைகள் பறிக்கப்பட்டன. அடக்குமுறைகள் தலைவிரித்து ஆடின. இத்தாலிய காலனி ஆதிக்கத்தின் கீழ் இருக்க விரும்பாத உமர் முக்தார் எதிர்ப்பு இயக்கத்தை ஏற்படுத்தி அதன் தலைவராக இருந்து மக்களை வழிநடத்தினார்.

இத்தாலிக்கும் லிபியாவுக்கும் இடையே போர் மூண்டது. இத்தாலியின் படைபலம் அதிகம் இருந்தபோதிலும் தாய்நாட்டின் விடுதலைக்காக போராடும் இளைஞர்படையைக் கொண்ட உமர் முக்தார் புரட்சிக்குழு ஆவேசத்தாக்குதல் நடத்தியது. மேலும் காலநிலையும் அவருக்கு சாதகமாக அமைந்தது.

இத்தாலியின் கருஞ்சட்டை ராணுவத்திற்கு பாலைவனப் பிரதேசங்கள் பரிச்சயம் இல்லாதவை. அவர்களினால் பாலைவன வெப்பத்தையும், மணல் பறக்கும் சூறாவளிகளையும் தாக்குப் பிடிக்க முடியவில்லை. போதாதற்கு உமர் முக்தார் கொரில்லா போர் முறையின் மூலமாக எதிரிகளை தாக்கி திணறவைத்தார்.

இவரே ஆசானாக இருந்து கொரில்லாப் போர்முறையை தனது இயக்கத்தினருக்கு பயிற்சி அளித்ததோடு தானும் போரில் கலந்து கொண்டு எதிரிகளை நடுங்கச் செய்தவர். 1931ம் ஆண்டு செப்டம்பர் 11ம் நாள் அன்று முசோலினியின் ராணுவப்படை அவர்களை சுற்றி வளைத்தது.

முசோலினியின் கருஞ்சட்டை ராணுவத்தின் படைபலம் புரட்சிக்குழுவை அடக்கி ஒடுக்கியதோடு உமர் முக்தாரையும் கைது செய்து சிறையில் அடைத்தது.

அவர் ஒரு பள்ளி ஆசிரியர் என்பதை அறிந்த முசோலினி ஆச்சரியம் அடைந்தார். நானும் ஒரு காலத்தில் ஆசிரியனாக இருந்திருக்கிறேன் என்று அவரது உதடுகள் முணுமுணுத்தன.

ஏறத்தாழ 30 ஆண்டுக்காலம் இத்தாலியின் ராணுவத்திற்குப் போக்குக்காட்டி அதன் ஆட்சியாளர்களின் கண்களில் விரல் விட்டு ஆட்டியவர் உமர் முக்தார். லிபியாவின் அத்தனை பகுதிகளையும் தன் ஆட்சியின் கீழ் கொண்டு வர நினைத்த இத்தாலியின் ஆசையை நிறைவேறாமல் செய்த உமர் முக்தார் கைது செய்யப்பட்டு, சிறையில் அடைக்கப்பட்டு மரண தண்டனை விதிக்கப்பட்டார். அவரது மரண தண்டனை நிறைவேற்றப்பட்டபோது அவருக்கு எண்பது வயது. அவருடைய தள்ளாத வயதைக்கூட கருத்தில் கொண்டு தண்டனையை தள்ளிப்போட முசோலினிக்கு மனம் வரவில்லை. காரணம் தனது பதவி பறிபோய்விடுமோ அல்லது உயிரே உடலை விட்டு போய்விடுமோ என்ற அளவுகடந்த பயம் தான்.

சிறை அதிகாரி ஒரு முறை உமர் முக்தாரிடம் உங்கள் ஆசிரியர் வேலையைப் பார்த்துக் கொண்டு சும்மா இருக்க வேண்டியது தானே, எதற்காக இந்த புரட்சி என்ற வீண்வேலை என்று கேட்டார்.

ஆசிரியன் என்பவன் வெறும் கற்பிப்பவனாக மட்டும் இருந்தால் போதாது, அவற்றை நம்புகிறவனாகவும், அவைகளை கடைப்பிடிப்பவனாகவும் இருக்கவேண்டியது அவசியம். நான் அப்படித்தான் நடந்து கொண்டேன் என்று பதில் சொன்னார் உமர் முக்தார்.

இத்தாலியின் காலனியான லிபியாவில் கைதிகளுக்கான உடலுழைப்பு முகாம்களை முசோலினி திறந்து வைத்தார். இந்த முகாம்களில் இருப்பவர்கள் பயங்கரமான சித்ரவதைகளுக்கு ஆளானார்கள், இவர்களை காற்று புகாத அறைகளுக்குள் ஆடுமாடுகளைப் போல அடைத்து வைத்து, விஷவாயுவை திறந்து விட்டு கொன்று குவித்தனர்.

15

ஹிட்லரும் முசோலினியும்

ஆரம்ப காலத்தில் முசோலினிக்கு ஹிட்லரை பிடிக்கவில்லை. ஹிட்லரைப் பொறுத்தவரையில் எங்கே யூதர்களைக் கண்டாலும் கொன்று போடு என்ற கொள்கையை கடைப்பிடித்தவர். அவர்கள் உரிமைகளைப் பறித்து, நாடோடிகளாக துரத்தி அடித்தவர். ஜெர்மானியர்கள் உயர்ந்த இனம், யூதர்கள் தாழ்ந்த இனம் என்ற கொள்கை வெறி கொண்டு செயல்பட்டார். ஆனால் முசோலினிக்கு இந்த கருத்தில் உடன்பாடு இல்லை. முசோலினி கடவுள் நம்பிக்கை இல்லாதவர் என்றாலும் போப்பிடம் பற்று கொண்டவர். திருச்சபைகளுடன் நல்லுறவு பேணி வந்தார்.

அது மட்டும் இல்லாமல் கலாச்சார பண்புகளையும், செயல்களையும் வைத்து வேண்டுமானால் ஒருவர் உயர்ந்தவர் என்றும் மற்றொருவர் தாழ்ந்தவர் என்றும் பேதம் பார்க்கலாம் ஆனால் பிறப்பிலேயே உயர்வு தாழ்வு கற்பிப்பது அத்தனை சரியல்ல என்ற கருத்துடையவர். இதன் காரணமாகத்தான் இவர் ஹிட்லரின் நாசிசத்தை ஏற்றுக் கொள்ளவில்லை.

1920ம் ஆண்டு முதல் 1934ம் ஆண்டுவரையில் இத்தாலியில் வசித்த யூதர்கள் கொடுமைக்கு உள்ளாகவில்லை. அவர்களிடம் வர்க்கபேதம் காட்டப்படவில்லை, அவர்களை ஆடுமாடுகளைப் போல முசோலினி கொன்று குவிக்கவில்லை... அவர்கள் சிறு

கூட்டமாக இருந்ததாலும், வாணிபத்திற்கு உதவியதாலும், ரோம் அரசர் காலமுதலாகவே அவர்களுக்கு எந்த தொல்லையும் ஏற்படவில்லை.

ஹிட்லருக்கு வந்த ஆசை

எல்லாம் நன்றாகப் போய்க்கொண்டிருக்கும் நேரத்தில் தான் ஹிட்லரின் சனிப்பார்வை இத்தாலியின் மீது விழுந்தது.

அவருக்கு அகண்ட ஜெர்மனி என்பது நெடுநாளைய கனவு. இதற்கு எல்லைகளை விரிவு படுத்த வேண்டும். அப்படிச் செய்வது என்றால் ஆஸ்திரியாவை முதலில் சாப்பிட வேண்டும். இதற்கு முசோலினியின் உதவி அவசியம். ஜெர்மனிக்கும் இத்தாலிக்கும் நடுவில் இருக்கிறது ஆஸ்திரியா.

ஆஸ்திரியாவை சாப்பிட நான் கையை நீட்டினால் அதை முசோலினி தப்பாக எடுத்துக் கொண்டு விட்டால் பிரச்சனை பெரிதாகி விடும். அதோடு அவருடைய பகை தேவையும் இல்லை, என்று எண்ணமிட்டார் அவர். ஆகவே முசோலினியிடம் நட்பு பாராட்ட எண்ணம் கொண்டு தனது அமைச்சர்களிடம் கலந்து ஆலோசனை செய்தார் ஹிட்லர்.

ஆஸ்திரியாவை நமது ஜெர்மனியுடன் இணைப்பது எனது நோக்கம்.

உண்மைதான் தலைவரே அதுவே நல்ல நோக்கம்.

அதற்கு முசோலினியின் உதவி நிச்சயம் தேவை அல்லவா?

ஆமாம் தேவை.

அதற்கு என்ன செய்யலாம்?

அவர் அத்தனை சீக்கிரம் ஒப்புக் கொள்வாரா? சந்தேகம் தான் என்றார் ஒரு அமைச்சர்.

ஆமாம் நானும் அப்படித்தான் எண்ணுகிறேன்.

ஆஸ்திரியாவுக்கும் இத்தாலிக்கும் நெருங்கிய தொடர்பு இருக்கிறது. நாம் நெருங்குவது தெரிந்தால் அவர் தனது ராணுவத்தை நமக்கு எதிராகத் திருப்புவார் என்றார் மற்றொரு அமைச்சர்.

உண்மைதான் ஆகவே எச்சரிக்கையோடு செயல்பட வேண்டும்.

அதற்கு என்ன வழி?

ஒரே வழி நீங்கள் அவரை நேரில் சந்தித்து உதவி கேட்பது தான் என்றனர் அமைச்சர்கள்.

ஆமாம் அதுதான் சரியான முடிவு அப்படியே செய்கிறேன் என்றார் ஹிட்லர்.

அடுத்த வாரமே இத்தாலிக்கு செல்ல மூட்டை கட்ட ஆரம்பித்தார்.

உதவி கேட்காதே

ஒரு நல்ல நாளில் இத்தாலியில் உள்ள வெனிஸ் நகரத்தில் இருவரும் சந்தித்தனர்.

நான் உங்களை மானசீகமான குருவாக ஏற்றுக் கொண்டு உங்கள் வழியில் நடந்து வருகிறேன் என்றார் ஹிட்லர்.

இம் என்று அதை பெருந் தன்மையோடு ஏற்றுக் கொண்டார் முசோலினி.

உங்களது நடவடிக்கைகள் எனக்கு மிகவும் பிடிக்கும், உலகமே உங்களை வியந்து பார்க்கிறது.

சரி என்பதைப் போல புன்னகை செய்தார் முசோலினி.

மேற்கொண்டு என்ன பேசுவது என்று திணறிப்போன ஹிட்லர் மெதுவாக விஷயத்துக்கு வந்தார்.

அருகில் இருக்கும் ஆஸ்திரியாவில் அதிக எண்ணிக்கையில் ஜெர்மானியர்களே வாழ்கிறார்கள் ஆகவே அதுவும் ஜெர்மனியுடன் இணைந்து விடுமானால் நன்றாக இருக்கும். அதற்கு உங்கள் உதவி அவசியம் தேவை என்று மெதுவாகச் சொல்லி முடித்தார்.

அது மட்டும் முடியாது என்று உடனே மறுத்தார் முசோலினி.

நான் எதற்காகச் சொல்கிறேன் என்றால்...

அனைத்தும் அறிவேன். நீங்கள் போகலாம் என்று சொல்லி பேச்சை முடித்துக் கொண்டதற்கு அறிகுறியாக முசோலினி அறையை விட்டு எழுந்து போனார்.

ஆஸ்திரிய மன்னருக்கு நேர்ந்த அவலம்

ஹிட்லருக்கு தாங்க முடியாத அவமானம், கோபத்தில் கண்கள் சிவந்தன. இரத்தம் கொதித்தது, இரண்டு கைகளையும் இறுக்கி பிடித்துக் கொண்டு விரல்களை நெறித்து படபடப்பை கட்டுப்படுத்திக் கொண்டார்.

ஜெர்மனிக்குத் திரும்பியபோதும் அவருடைய ஆத்திரம் அடங்கவில்லை, ஆனால் அந்த முரடனை எதிர்த்து என்ன செய்ய முடியும்? என்று எண்ணி அமைதியாக சில நாட்கள் இருந்தார். பேச்சு வார்த்தை முறிந்து போனதை அறிந்த ஜெர்மானிய நாசிப் படையினர் வேறு திட்டம் ஒன்றை தீட்டினர்.

முசோலினி மறுத்து விட்டால் ஆஸ்திரியா வேண்டுமானால் கிடைக்காமல் போகலாம். ஆனால் நாங்கள் நினைத்ததை தடுக்க முடியுமா? அதை செய்து காட்டி நமது பலம் என்ன என்பதை உலகத்திற்கு தெரியவைப்போம் என்று திட்டம் போட்டனர்.

இதன் பலன்,

ஆஸ்திரியாவை ஆண்டு வந்த அரசர் டால்பஸ் என்பவர் கொல்லப்பட்டார்.

இந்த விஷயத்தை கேள்விப்பட்ட முசோலினி அதிர்ச்சி அடைந்தார். நான் ஹிட்லருக்கு உதவ மறுத்த காரணத்தினால் நாசிப்படை தன்னுடைய நரித்தனத்தை காட்டி இருக்கிறது. இதை சும்மா விடக்கூடாது. ஜெர்மனியின் மீது படையெடுக்க வேண்டியது அவசியமாகிறது என்று ஆத்திரம் கொண்டார்.

ஆனால் அவருடைய நண்பர்கள் அந்தக் கருத்தை ஒப்புக் கொள்ளவில்லை. ஆஸ்திரியாவுக்காக நாம் ஹிட்லரை பகைத்துக் கொண்டால் தேவையற்ற பிரச்சனைகள் நேரிடலாம். ஆகவே பொறுமையாக இருக்கலாம் என்றனர்.

என்ன நல்லகாலமோ முசோலினி அதை ஒப்புக் கொண்டார். ஆனால் ஆஸ்திரிய அரசரை வேண்டுமானால் நீங்கள் போட்டுத் தள்ள முடியும். ஆனால் அந்த நாட்டுக்குள் காலடி எடுத்து வைக்க

முடியாது. அதற்கு நான் பாதுகாப்பு தருகிறேன் என்று சொல்லும் விதமாக ஆஸ்திரிய எல்லைகளில் இத்தாலி ராணுவத்தை கொண்டு வந்து குவித்தார்.

அடடா பிள்ளையார் பிடிக்க குரங்காய் போவுதேப்பா என்று புலம்பிய ஹிட்லர், இப்போது முசோலினியின் ஆத்திரத்தை தூண்டி விட்டோம். இதற்கு மேல் துள்ளினால் அந்த ஆள் ஏடாகூடமாக ஏதாவது செய்வார். அது எனது அகண்ட ஜெர்மனி என்ற கனவுக்கு பாதகமாக முடியும். ஆகவே அடக்கி வாசிப்போம் என்று முடிவு செய்து தனது படைகளை சற்று பின்நோக்கி நகர்த்திக் கொண்டார்.

ஹிட்லர் என்ற அதிரடி கொள்ளைக்காரனை பின்வாங்கச் செய்த முசோலினி என்ற முரடனை பிரிட்டன், மற்றும் பிரான்சு ஆகிய இரண்டு நாடுகளும் சற்று ஆச்சரியத்தோடு பார்த்தன. வல்லவனுக்கு வல்லவன் வந்துட்டான்யா என்று மனசுக்குள் மகிழ்ந்தன. இந்தப் பிரச்சனையில் தங்கள் மூக்கை நுழைக்காமல் சற்று தள்ளியே நின்று இவர்கள் அடித்துக் கொள்கிறார்களா என்று நோட்டம் பார்த்தன.

ஹிட்லருடன் ஏற்பட்ட பழக்கம் முசோலினிக்கு ஒரு புதிய ஆசையை கிளறி விட்டது. இந்த ஆள் எப்போது பார்த்தாலும் அகண்ட ஜெர்மனி என்கிறான், ஆஸ்திரியாவை என்னோடு சேர்த்துக் கொள்கிறேன் என்று உதவி கேட்கிறான். நாடு பிடிக்கும் ஆசையோடு நாய்போல அலைகிறான். நாமும் இத்தாலியை பெரிதாக்கினால் என்ன? இத்தாலிக்கு என்றும் காலனி நாடுகள் இருந்தால் எத்தனை நன்றாக இருக்கும் என்று நினைக்க ஆரம்பித்தார்.

சிரங்கு வந்தவன் சும்மா இருப்பானா? சொறிய ஆரம்பித்து விடுவான் அல்லவா? அதைப் போல நாடு பிடிக்கும் ஆசை வந்தவுடனே முசோலினியின் பார்வை நான்கு பக்கமும் சுழன்றது. எது ஏமாளி நாடு எதன் மீது படையெடுத்து பிடித்துக் கொள்ளலாம் என்று தனது அமைச்சர்களோடு அடிக்கடி கலந்து ஆலோசித்தார்.

16

எனக்கு வேண்டும் எத்தியோப்பியா

அவர்கள் பார்வை அபிசினியா அதாவது இன்றைய எத்தியோப்பியா மீது விழுந்தது. எரிட்ரியா என்ற நாடு இத்தாலியின் வசத்தில் இருக்கிறது. ஒரு அப்பத்தை மூன்று குரங்குகள் பங்கிட்டுக் கொண்ட கதையாக சோமாலியன் நாட்டை மூன்று பங்காக பிரித்துக் கொண்டு பிரிட்டன், பிரான்ஸ், இத்தாலி ஆகிய மூன்று நாடுகளும் ஆண்டு வந்தன. இந்த எத்தியோப்பியா என்பது இத்தாலியின் கட்டுப்பாட்டில் இருந்த சோமாலியன் பகுதிக்கும், எரிட்ரியா பகுதிக்கும் இடையில் இருந்தது.

அபிசினியாவின் மீது இத்தாலிக்கு குறிப்பாக முசோலினிக்கு ஒரு கண் உண்டு. காரணம் 1898ம் ஆண்டு அபிசினியாவுக்கும் இத்தாலிக்கும் நடைபெற்ற யுத்தத்தில் இத்தாலி படுதோல்வியை சந்தித்தது. பழிக்குப் பழி ரத்தத்திற்கு ரத்தம் என்ற ரீதியில் முசோலினி இப்போது ஆயுதம் எடுத்தார். என் தாத்தாவை கொன்ற உன்னையும் உன் பேரன்களையும் பழிவாங்காமல் விடமாட்டேன் என்று திரைப்பட நாயகர்கள் வீர சபதம் செய்து துப்பாக்கி தூக்குவதைப் போல முசோலினியும் நடந்து கொண்டார்.

நாடு பிடிக்கின்ற ஆசை ஒருபக்கம் அவரை அலைகழித்தது, இன்னொரு பக்கம் சரிந்து கிடக்கின்ற நாட்டின் பொருளாதாரத்தை தூக்கி நிறுத்த வேண்டிய நிர்ப்பந்தமும் இருந்தது. அண்டை

நாடுகளை கொள்ளை அடித்தால் தான் இவைகள் சாத்தியமாகும். இதற்கும் மேலாக அவருக்கு அபிசினியாவுடன் மீது முன்விரோதமும் இருந்ததால் உடனே படையெடுக்க உத்தரவிட்டார்.

தந்திரம் வென்றது

ஆனால் இதை நேரடியாகச் செய்து விட முடியாது. அது முரட்டுத்தனமாகிவிடும், ராஜதந்திரம் என்ற ஒன்று இருக்கிறது அல்லவா? அந்த வழியில் தனது திட்டத்தை செயல்படுத்த அவர் தந்திரமாக காய்களை நகர்த்தினார்.

நாமாகத் தொடங்குவதைப் போல இல்லாமல் எதிரியை உசுப்பிவிட்டு போருக்கு அழைக்க வேண்டும், அவர்கள் கிளம்பும் போது திடீரென்று தாக்கி மரண அடி கொடுக்க வேண்டும் என்பது அவரது திட்டம். இந்த திட்டத்தை செயல்படுத்த அவர் சில ராணுவ வீரர்களைத் தேர்ந்தெடுத்தார்.

இதோ பாருங்க நீங்க என்ன செய்வீங்களோ? ஏது செய்வீங்களோ தெரியாது. அபிசினியாவில் நிம்மதி குலையணும், கலகங்கள் வெடிக்கணும், மக்கள் அமைதியா இருக்கக்கூடாது போங்க என்று சொல்லி அவர்களுக்கு வீரத்திலகம் இட்டு அனுப்பி வைத்தார்.

வெட்டிக்கொண்டு வா என்றால் கட்டிக் கொண்டு வரும் ஆற்றல் கருஞ்சட்டை ராணுவத்தினருக்கு உண்டு. அவர்கள் முசோலினி சொல்லியதற்கு மேலாகவே தங்கள் கைவரிசையைக் காட்டினார்கள். மக்களைத் தூண்டினார்கள், எதிர்த்தவர்களை சுட்டார்கள், கூட்டங்களில் நுழைந்து குழப்பம் ஏற்படுத்தினார்கள். இப்படியாக சிறுசிறு குழப்பங்களும், கலகங்களும் நாளுக்கு நாள் அதிகரிக்கவே அபிசினியா அரசாங்கம் அவைகளை அடக்க வன்முறைகளை கையாண்டது.

1934ம் ஆண்டு அபிசினியாவில் ஒரு பெரிய கலகம் வெடித்தது. யார் கலகக்காரர்கள் யார் நல்லவர்கள் என்பதை யாராலும் கண்டறிய முடியவில்லை. பொதுமக்கள் இந்த கலவரத்தில் வெகுவாகப் பாதிக்கப்பட்டனர்.

அவர்கள் குழப்பமும் கூச்சலும் ஏற்பட்டபோது உயிரைக் காப்பற்றிக் கொள்ள அங்கும் இங்கும் ஓடினர். ஏராளமான பேர் தரையில் விழுந்து பின்னால் ஓடிவந்தவர்களின் கால்களில் நசுங்கி உயிரிழந்தனர். பலர் துப்பாக்கிக் குண்டுகளுக்குப் பலியானார்கள். இந்த கலவரத்தில் 150 அபிசினியர்களும், இரண்டு இத்தாலியர்களும் கொல்லப்பட்டனர்.

இந்த விஷயத்தை கேள்விப்பட்ட முசோலினி கொதித்தார், ஆஹா இத்தாலியர்களின் உயிர் என்ன கிள்ளுக்கீரையா? இதற்கு அபிசினியாவுக்கு தக்க தண்டனை கொடுக்கப் போகிறேன் என்று மிரட்டினார்.

இது என்ன நியாயம்? இந்தக் கலவரத்தில் அதிக இழப்பு அபிசினியாவுக்குத் தான். ஆனால் அவர்கள் சும்மா இருக்கிறார்கள். ஆனால் முசோலினி கொதிக்கும் எண்ணெயில் போட்ட போண்டாவாகக் குதிக்கிறாரே என்று உலக நாடுகள் ஆச்சரியத்தோடு அவரைப் பார்த்தன. ஆனால் வாயைத் திறக்க வில்லை. முசோலினிக்கு எதிராக ஏதாவது ஒரு வார்த்தை பேசினால் கூட அதை சாக்காக வைத்துக் கொண்டு அந்த ஆள் ஏதாவது ஏடாகூடமாக செய்து விடுவார். ஆகவே வம்பு எதற்கு என்ற ரீதியில் அவைகள் மவுனமாக வேடிக்கைப் பார்த்தன.

இழப்பு உங்களுக்கு மட்டும் அல்ல, 150 அபிசினியர்கள் இந்தக் கலவரத்தில் இறந்து போயிருக்கிறார்கள். ஆகவே இரண்டு இத்தாலியர்கள் இறந்ததற்காக எந்த நடவடிக்கையும் நீங்கள் எடுக்கக்கூடாது என்று லீக் ஆப் நேஷன்ஸ் என்ற அமைப்பு அவரைக் கேட்டுக் கொண்டது.

உன்னை விட மாட்டேன்

இத்தாலியின் பரம்பரை கவுரவம் இந்த படுகொலையினால் அதலபாதாளத்திற்கு போய்விட்டது. ஆகவே இதை ஒரு கை பார்க்காமல் சும்மா இருக்கமாட்டேன் என்று பதிலடி கொடுத்தார் முசோலினி.

அவருக்கு யுத்தம் செய்வதில் மட்டுமே விருப்பம் என்பதை அறிந்த அபிசினியா சமரசப் பேச்சுக்கு இடம் தந்தது. ஆனால் அதை எல்லாம் முசோலினி நிராகரித்தார், போர் ஒன்று தான் தீர்வு என்று அறிக்கை வெளியிட்டார். அதோடு நிற்காமல் மார்ஷல் டி ஓனா என்பவரது தலைமையில் 1935ம் ஆண்டு அக்டோபர் மாதம் ஒரு இலட்சம் வீரர்கள் கொண்ட படையை அனுப்பி அபிசினியாவைத் தாக்கினார்.

அபிசினியாவின் மன்னர் ஹெயின் லெஸ்ஸி நல்ல மனிதர் அவருக்கு முசோலினியைப் பற்றி நன்றாகத் தெரியும். இந்த ஓநாய் எத்தியோப்பியா என்ற முயலை வேட்டையாடாமல் விடாது என்று தீர்மானித்த அவர் நாட்டின் பாதுகாப்பிற்காக ஐந்து இலட்சம் வீரர்களை எல்லையில் கொண்டு வந்து குவித்திருந்தார்.

ஆனாலும் என்ன?

ஆயிரம் முயல்கள் ஒன்றாகக்கூடி வந்தாலும் ஒரு சிங்கத்தின் கர்ஜனை அவைகளை வெலவெலக்க வைத்துவிடும் அல்லவா? நிலைமை அப்படித்தான் ஆகிவிட்டது. எத்தியோப்பியா இன்னும் பழைய கால முறைகளிலேயே தங்கள் படைகளுக்கு ஆயுதப் பயிற்சியை அளித்திருந்தது. ஆனால் முசோலினியின் கருஞ்சட்டை ராணுவமோ அதிநவீனக் கருவிகளை ஏந்தி போருக்கு வந்தது.

தமிழகத்தில் சுதந்திரப் போராட்டத்தின் போது வேல்கம்பு, வீச்சரிவாளை தூக்கிக் கொண்டு இமயமலை போன்ற வீரத்தோடு கட்டபொம்மனும் அவனது வீரர்களும் போரிட்டனர். ஆனாலும் வெள்ளையர்களின் பீரங்கியில் இருந்து வெளிப்பட்ட குண்டுகள் கோட்டைகளை துளைத்து சர்வநாசத்தை ஏற்படுத்தி தோல்வியைத் தந்து விட்டன அல்லவா? அது போன்ற துர்பாக்கியமான நிலை அபிசினியாவுக்கும் ஏற்பட்டது.

முசோலினியின் படைகள் பீரங்கிகள், துப்பாக்கிகள் ஆகியவற்றை வைத்துக் கொண்டு, முரட்டுத்தனமாக அடித்து நொறுக்கிக் கொண்டு முன்னேறியது. ஈட்டிகளையும், கத்திகளையும் வைத்துக் கொண்டு எத்தியோப்பிய வீரர்களினால் வேடிக்கை பார்க்க முடிந்ததே தவிர தடுக்க முடியவில்லை. இதனால் இத்தாலி வெற்றி முகத்தை நோக்கி முன்னேறியது. எத்தியோப்பியாவின் வீரர்கள் ஏராளமான எண்ணிக்கையில் பலியாடாகிப் போனார்கள்.

ஹிட்லரின் நேசக்கரம்

எங்களுக்குப் பாதுகாப்புக் கொடுங்கள் என்று மன்னர் ஹெயின் செலஸ்ஸி பதைபதைப்போடு லீக் ஆப் நேஷன்ஸ் அமைப்பிடம் வேண்டிக் கொண்டார். அவருக்கு ஆதரவு தருகின்ற விதமாக அந்த அமைப்பு இத்தாலியின் மீது பொருளாதாரத் தடையை கொண்டு வந்தது.

சற்று ஆடித்தான் போனார் முசோலினி. இத்தாலியுடன் லீக் நாடுகள் எதுவும் வர்த்தக ரீதியாக இறக்குமதி ஏற்றுமதி ஆகியவற்றை நிறுத்திவிட்டன. இதனால் தொழில்வளர்ச்சி பாதிக்கப்படும், உணவுத் தட்டுப்பாடு, உயிர்காக்கும் மருந்துகளின் தட்டுப்பாடு ஆகியவை ஏற்படும். ஆனால் அதைப் பற்றி எல்லாம் கவலைப்படுபவரா முசோலினி? அவர் தன் வேலையை கவனித்து வந்தார்.

இது போன்ற ஒரு சந்தர்ப்பத்திற்காக காத்திருந்தார் ஹிட்லர். தனது மானசீக ஆசானுக்கு எந்த விதத்திலாவது உதவ வேண்டும் என்பதும் அவருடைய நட்பை பெறவேண்டும் என்பதுமே அவரது லட்சியம். ஆகவே மற்ற நாடுகள் இத்தாலியுடன் இறக்குமதி ஏற்றுமதி செய்வதை நிறுத்தியவுடன் அவர் ஜெர்மனியில் இருந்து ஆதரவுக்கரம் நீட்டினார்.

முசோலினி சரியான பாதையிலேயே செல்கிறார், அவர் எத்தியோப்பியாவிடம் நடந்து கொண்ட முறை முற்றிலும் சரியானதே என்று அறிக்கை வெளியிட்டார். அவைகள் முசோலினியின் காதுகளுக்கு எட்டும்படியாக பார்த்துக் கொண்டார்.

அனைத்து நாடுகளும் கூட்டு சேர்ந்து கொண்டு தன்னை கைவிட்ட போது தனக்கு நேசக்கரம் நீட்டிய ஹிட்லரை நண்பேண்டா என்று வாய்திறந்து சொல்லாமல் அன்புப்பார்வை பார்த்தார் முசோலினி. முசோலினியின் எத்தியோப்பிய போரை பல பெரிய நாடுகள் கண்டித்து அறிக்கை எதுவும் வெளியிடவில்லை. இருந்தாலும் பிரிட்டிஷ் வெளியுறவு அமைச்சர் சாமுவேல் ஹோர் என்பவரும், பிரான்ஸ் அதிபர் லவல்லும் இணைந்து ஒரு திட்டத்தை உருவாக்கினார்கள்.

ஹோர்- லவல் திட்டம் என்ற இத்திட்டத்தின்படி, முசோலினி ஐயா நீங்க இனிமே எத்தியோப்பியா மீது தாக்குதல் நடத்தாதீங்க, போரை நிறுத்துங்க. அதுக்கு நன்கொடையாக அபிசினியாவின் பலபகுதிகளைக் கொடுக்கிறோம் என்று அவர்கள் சமரசம் பேசினார்கள்.

நீங்க எதுவானாலும் பேசிக்கிட்டு போங்க, நான் இதுக்கு ஒப்புக்க மாட்டேன், ஒரு துண்டு நிலத்தைக்கூட முசோலினிக்கு அபீசினியா விட்டுக் கொடுக்கத் தயாராக இல்லை என்று மிகவும் துணிச்சலாக மன்னர் ஒரு அறிக்கை வெளியிட்டார்.

வந்தது கோபம் முசோலினிக்கு, அடிச்சி தூள் கௌப்புங்க என்று ஆணையிட்டார். தேன் குடித்த கரடிபோல இத்தாலி ராணுவம் களமிறங்கியது, கண்ணில் பட்டவர்களைக் கொன்று தூக்கில் தொங்கவிட்டது. ஏராளமான எண்ணிக்கையில் பொதுமக்கள் சிறையில் அடைக்கப்பட்டனர். பிடிபட்ட வீரர்கள் சித்ரவதை செய்து கொல்லப்பட்டனர். முத்தாய்ப்பாக அந்த தாக்குதல் முறை கேடானதாகவும் மிகவும் கொடூரமாகவும் இருந்தது. அதுமட்டும் அல்ல விஷவாயு பிரயோகம் செய்து எதிரிகளைக் கொன்றது. இந்த

பயங்கர நாடகத்தை அரங்கேற்றம் செய்தவர் கொடூரமான அதிகாரி ஜெனரல் படேக்லியா என்பவர். இந்த நல்ல செயலுக்காக முசோலினியின் ஆட்சி முடிவுக்கு வந்தபோது இத்தாலியின் சான்ஸலர் பதவி இவருக்குக் கிடைத்தது.

விஷவாயு செலுத்தி மக்கள் ஈக்களைப்போல கொசுக்களைப் போல கொல்லப்பட்டதை அத்தனை உலக நாடுகளும் கண்டித்தன. இறுதியாக முசோலினியின் அதிரடியான தாக்குதலை சமாளிக்க முடியாமல் எத்தியோப்பியா சரண் அடைந்தது. இதன் காரணமாக முசோலினி தனது ராஜாங்கத்தை விரிவாக்கிக் கொண்டார்.

ஹிட்லரும், முசோலினியும் ஒன்று சேர்ந்து விட்டதை மற்ற வல்லரசுகள் சற்று அச்சத்தோடு பார்த்தன. ஒரு முரடனையே சமாளிப்பது கடினம் இதில் இன்னொன்றா? என்று அவைகள் சோர்வடைந்தன. அதைப் பற்றி யாருக்கு கவலை?

ஹிட்லர் தனது மானசீக குருவுடன் கைகுலுக்கிக் கொண்டார், இத்தாலிக்கும் ஜெர்மனிக்கும் இடையே சின்னச் சின்ன ஒப்பந்தங்கள் கையெழுத்தாயின. இதை விட பேறு எனக்கு என்ன வேண்டும் என்று மனதுக்குள் சொல்லிச் சொல்லி பெருமைப்பட்டுக் கொண்டார் ஹிட்லர். அந்த அளவிற்கு முசோலினியின் மீது ஈடுபாடு கொண்டிருந்தார் அவர்.

அவரது கனவு, இலட்சியம் ஆகிய அனைத்துமே முசோலினியின் நட்பு என்ற ஒன்று தான். இப்போது அது கிடைத்ததும் அவரது சாதுர்ய புத்தி இதைப் பயன்படுத்தி மேற்கொண்டு என்ன ஆதாயம் தேடலாம் என்று கணக்குப் போட்டது.

அப்போது அவருடைய நினைவுக்கு வந்தது ஆஸ்திரியா. ஆஹா முன்னர் ஆஸ்திரியாவை நெருங்கியபோது முசோலினி பாதுகாப்பு சுவரை ஏற்படுத்த தனது இத்தாலிய ராணுவத்தை கொண்டு வந்து எல்லையில் நிறுத்திவிட்டார். அந்த திட்டத்தை கைவிட்டோம். இப்போது நிலைமை மாறிவிட்டது, நண்பனே பாதுகாப்பு சுவராக இருக்கிறார். ஆகவே பயமில்லாமல் ஆஸ்திரியாவின் உள்ளே நுழையலாம் என்று திட்டம் போட்டார்.

வேணு சீனிவாசன்

போட்ட திட்டத்தை உடனே செயல்படுத்தினார். ஜெர்மனி துருப்புக்கள் ஆஸ்திரியாவை நெருங்கியது. முசோலினி இப்போது ஹிட்லருடன் அதிக நெருக்கம் கொண்டிருந்த காரணத்தினால் அவர் கண்டு கொள்ளவில்லை.

இது நாள் வரையில் பாதுகாப்பு தந்த நீங்கள் இப்போது பாராமுகமாக இருக்கலாமா? உதவி செய்யுங்கள் என்று முசோலினியிடம் வேண்டுகோள் விடுத்தார் ஆஸ்திரியாவின் அதிபர்.

நான் செய்வதற்கு எதுவும் இல்லை, நீங்கள் எனக்கு வேண்டியவர், ஹிட்லரும் எனக்கு நண்பர். ஆகவே இந்த விஷயத்தில் என்னுடைய உதவியை எதிர்பார்க்க வேண்டாம் என்று நோ சொல்லி மவுனமாகி விட்டார் முசோலினி. இந்த விஷயத்தை கேள்விப்பட்ட ஹிட்லர் அளவில்லாத மகிழ்ச்சி அடைந்தார்.

என்னிடம் சரண் அடையுங்கள் இல்லாவிட்டால், போருக்கு வாருங்கள் என்று பகிரங்கமாக சவால் விட்டார் ஹிட்லர். வேறு வழி இல்லாத நிலையில் ஆஸ்திரியா ஹிட்லரிடம் சரண் அடைந்தது. இந்த வாய்ப்பை பெற்றுத் தந்த தனது ஆசான் முசோலினிக்கு நன்றி செலுத்தினார் ஹிட்லர். 1938ம் ஆண்டு ஜெர்மனியுடன் ஆஸ்திரியா அதிகார பூர்வமாக இணைந்து விட்டது.

17

மியூனிச் ஒப்பந்தம்

உலகமே பாராட்டும் விதமாக அமைந்த இந்த ஒப்பந்தத்திற்கு மூல முதல்காரணம் முசோலினிதான். சில பேர் எந்த நேரத்தில் எப்படி நடந்து கொள்வார்கள் என்று கணிப்பது கடினம்.

நடக்கும் என்பார் நடக்காது, நடக்காது என்பார் நடந்து விடும்.

கிடைக்கும் என்பார் கிடைக்காது, கிடைக்காதென்பார் கிடைத்து விடும் என்ற கவிஞர் கண்ணதாசன் பாடல் வரிகளை நாம் நினைவுபடுத்திக் கொள்ளலாம்.

போருக்குப் படைகள் தயாராக இருக்கின்ற நேரத்தில் சமாதான ஒப்பந்தம் பேசுவதை யாரும் எதிர்பார்க்க முடியாது, அதுவும் முசோலினி போன்ற முரட்டுத்தனமான சர்வாதிகாரி இப்படிச் செய்வார் என்று யாரும் கனவில் கூட நினைத்திருக்க மாட்டார்கள். இது உலக அளவில் வல்லரசுகளை ஆச்சரியப்படுத்திய விஷயம்.

முசோலினியின் நட்பு கிடைத்தது. அதனால் ஆஸ்திரியா ஜெர்மனி இணைப்பு கிடைத்தது, இதோடு மனநிறைவு பெற்று அமைதியாக இருக்க ஹிட்லரால் முடியவில்லை. அவர் மனம் பரபரத்தது, எதையாவது செய் என்று அடிமனத்தில் சைத்தானின் குரல் ஒலிக்க ஆரம்பித்தது. ஆகவே அவர் தனது பார்வையை செக்கோஸ்லோவாக்கியா பக்கம் திருப்பினார்.

சீக்கிரத்தில் அந்த நாடு ஜெர்மனியின் வசமாகும் என்று பகிரங்கமான அறிக்கை வெளியிட்டார். இதைப் பார்த்துக் கொண்டு இந்த முறை மவுனமாக இருக்க பிரிட்டனும், பிரான்சும் விரும்பவில்லை. இடம் கொடுத்தால் இந்த ஆள் மடம் பிடுங்கப் பார்க்கிறார். இவருக்கு தகுந்த பாடம் புகட்ட வேண்டும் என்று தீர்மானித்தன.

அவற்றின் கருத்தை அறிந்தும் கூட தன் பிடிவாதத்தை ஹிட்லர் விட்டுக் கொடுக்க வில்லை. யார் தடுத்தாலும் போர் நிச்சயமாக நடக்கும், ஜெர்மனியின் வெற்றி உறுதி என்று படைகளை நகர்த்த ஆரம்பித்தார். அவருக்கு முசோலினி இருக்கிறார் என்ற துணிச்சல் சற்று அதிகமாகவே இருந்தது. இது முசோலினிக்கு தெரியவந்தது, அவர் ஹிட்லருக்கு படை அனுப்பி உதவுவதற்குப் பதிலாக இங்க வாங்க கொஞ்சம் பேசலாம் என்று மூன்று நாடு களுடன் பேச்சு வார்த்தைக்கு அழைப்பு அனுப்பினார்.

அவரது அழைப்பை ஏற்று 1938 செப்டம்பர் 29 ம் நாள் பிரிட்டன் பிரதமர் சேம்பர்லின், பிரான்சின் பிரதமர் தலடியர், ஜெர்மனியின் சர்வாதிகாரி ஹிட்லர் ஆகிய மூவரும் முசோலினியின் தலைமையில் ஜெர்மனியில் மியூனிச் நகரத்தில் சந்தித்துப் பேசினர். உலக நாடுகளை வியக்க வைத்த அதியற்புத சந்திப்பு இது.

நீண்ட நேரம் இந்த சந்திப்பும் உரையாடலும் நடந்தது. போருக்கு பதிலாக சமாதான உடன்படிக்கை என்பதே இந்த பேச்சு வார்த்தையின் அடிப்படை. அதுவும் இதை ஏற்பாடு செய்திருப்பவர் உலகமகா சர்வாதிகாரியான முசோலினி. சரித்திரத்தில் இடம் பெற்ற இந்த பேச்சுவார்த்தையின் முடிவில் செக் நாட்டில் இருக்கும் ஸூடன் நகரத்தை ஜெர்மனிக்குக் கொடுப்பது என்றும் அதற்காக ஜெர்மனி தனது படைகளை மற்ற பகுதிகளில் இருந்து விலக்கிக் கொள்ள வேண்டும் என்றும் உடன்பாடு ஏற்பட்டது.

அடுத்த நாளே இந்த ஒப்பந்தம் கையெழுத்தாகியது, மியூனிச் நகரத்தில் இந்த ஒப்பந்தம் மேற்கொள்ளப்பட்டதால் இது சரித்திர ஏடுகளில் மியூனிச் ஒப்பந்தம் என்ற பெயரைப் பெற்றுவிட்டது. ஹிட்லர் மேற்கொண்டு போர் நடவடிக்கைகளை நிறுத்திக் கொண்டார். உயிர்ப்பலி இல்லாமல் போர் இல்லாமல் சுமுகமாக ஒரு உடன் படிக்கையை ஏற்படுத்திய முசோலினியை செய்தித்தாள்கள் பாராட்டின. எல்லாவற்றுக்கும் மேலாக ஹிட்லர் போற்றிப் புகழ்ந்தார், போர் அபாயம் நீங்கிவிட்டது என்று ஐரோப்பிய நாடுகள் நம்பிக்கையுடன் இருந்தன.

அல்வா போல அல்பேனியா

முசோலினி பாராட்டு மழையில் நனைந்தார், வெற்றிப் பெருமிதத்தில் மிதந்தார். உலக நாடுகள் அவரது முயற்சியைப் பாராட்டின. இந்த நிலையில் வேதாளம் முருங்கை மரம் மீண்டும் ஏறிய கதையாக முசோலினிக்கு நாடு பிடிக்கும் ஆசை அதிகமாகியது. புகழ் தந்த போதையின் மாறுபட்ட விளைவு அது. ஜெர்மனியை போர் தொடுக்காதே என்று சமாதானம் பேச அழைப்பு விடுத்த சிறிது நாட்களிலேயே அவர் அண்டை நாடுகளின் மீது போர் தொடுக்கவும், இத்தாலியின் எல்லைகளை விஸ்தரிக்கவும் எண்ணம் கொண்டார். ஊருக்குத்தான் அப்பா உபதேசம் எனக்கில்லை என்ற ரீதியில் அவரது நடவடிக்கைகள் காணப்பட்டன.

தனது நாடு பிடிக்கும் ஆசையை மிக சாதுர்யமாக கையாள அவர் முடிவு செய்தார். ஜெர்மனியைப் போல எந்த நாட்டின் மீது வேண்டுமானாலும் அவரால் படையெடுக்க முடியாது. ஏன் என்றால் இத்தாலியின் படை பலம் அப்படி. அவருக்கு தன்னுடைய பலம் என்ன வென்பது தெரியும், ஆகவே நோஞ்சான் நாடுகளின் மீது அவருடைய கவனத்தை திருப்பினார்.

அவர் கண்களில் பட்டது அல்பேனியா! அங்கே ராணுவ பலம் மிகவும் குறைவு, 1912ம் ஆண்டு தான் அது ஒட்டமான் துருக்கியர்களிடம் இருந்து விடுதலை பெற்றது. அது பழைய நினைவுகளில் இருந்தும் அடிமைத் தளையில் இருந்தும் தன்னை இன்னும் சுதாரித்துக் கொள்ளவில்லை. அது வளர்ச்சி அடைவதற்கு முன்னாலேயே முசோலினி 1939ம் ஆண்டு அதை தாக்கி தன் பிடிக்குள் கொண்டு வந்து விட்டார். பாசிசக் கொள்கையை கட்டாயமாக்கி அந்த நாட்டு மக்களைப் பின்பற்றச் செய்தார். பூனை தன் இரையான எலியை வெகுஎளிதாக கவ்விச் செல்வதைப் போல முசோலினி அல்பேனியாவை பிடித்துவிட்டதை ஹிட்லர் பார்த்தார். அவருக்கு உள்ளுக்குள் பதைபதைப்பு ஏற்பட்டது.

இணைந்த கைகள்– எஃகு ஒப்பந்தம்

ஆஹா இவர் அல்வா சாப்பிடுவதைப் போல அல்பேனியாவை லபக்கிக் கொண்டார். இப்படியே விட்டால் அவர் பக்கத்து நாடுகளையும் ஸ்வாஹா செய்து விடுவார். இவரது வெற்றிகளைக் கண்டு பிரிட்டனும், பிரான்சும் இவருடன் நட்புறவு கொள்வதற்கு முயற்சிகள் மேற்கொள்ளும். அப்போது என் பாச்சா பலிக்காது, என் தலைக்கு ஆபத்து ஏற்பட்டு விடும். ஆகவே இவரை

மேற்கொண்டு வளர விடக்கூடாது, முக்கியமாக இரண்டு வல்லரசுகளுடன் நட்பாக இருப்பதற்கு அனுமதிக்கக்கூடாது என்ற முடிவுக்கு வந்தார்.

இதற்கு என்ன செய்யலாம் என்று இரவும் பகலும் யோசித்தார். அவரது இரும்பு மூளையில் உதித்தது ஒரு ஒப்பந்தம் அதன் பெயர் எஃகு ஒப்பந்தம்.

உடனே இந்த ஒப்பந்தம் குறித்து முசோலினியுடன் உரையாடினார், ஜெர்மனியும், இத்தாலியும் தங்களுக்குள் பரஸ்பரம் ராணுவ உதவி செய்து கொள்ள வேண்டும் என்ற அடிப்படையில் பாக்ட் ஆப் ஸ்டீல் என்ற இந்த ஒப்பந்தம் கையெழுத்தானது.

நிச்சயமாக இத்தாலிக்குத் தேவையான ராணுவ உதவியையும், பொருளாதார உதவியையும் செய்கிறேன் என்று வாக்குறுதி தந்தார் ஹிட்லர். நானும் அப்படியே ஆனாலும் என்று இழுத்தார் முசோலினி...

என்ன தயக்கம் சொல்லுங்கள் நமக்குள் ஒளிவுமறைவு வேண்டாம் என்று ஊக்கினார் ஹிட்லர்.

என்னுடைய ராணுவம் இன்னும் முழுவளர்ச்சி பெறவில்லை. அதற்கு இன்னும் மூன்று வருடங்கள் தேவைப்படும். ஆகவே இத்தாலியின் ராணுவ உதவி உங்களுக்கு அதற்குப் பிறகே கிடைக்கும் என்றார் முசோலினி.

ஆஹா அதற்கென்ன அப்படியே செய்யுங்கள் என்று பச்சைக்கொடி காட்டினார் ஹிட்லர்.

அவருக்குப் பெருமிதம் பிடிபடவில்லை, இனிமேல் உன்னை விடமாட்டேன், என்னைத் தவிர வேறு நாடுகளை நெருங்க விட மாட்டேன் என்று பாடாத குறைதான். இத்தனை சீக்கிரத்தில் முசோலினி இந்த ஒப்பந்தத்திற்கு ஒப்புக் கொள்வார் என்பதை ஹிட்லர் எதிர்பார்க்கவே இல்லை. ஆகவே அவர் ஒப்புக் கொண்டால் போதும். உதவிகளைப் பின்னால் பார்த்துக் கொள்ளலாம் என்ற தைரியத்தில் ஆமாம் போட்டு விட்டார்.

முசோலினியின் உதவியா முக்கியம்? அவர் மற்ற நாடுகளுடன் நட்பு கொள்ளக்கூடாது அது தானே முக்கியம். அவரது எண்ணம் பலித்துவிட்டது. ஆகவே எதைப்பற்றியும் கவலை கொள்ளாமல் நிம்மதியோடு நாடு பிடிக்கும் வேலையைப் பார்க்க ஆரம்பித்தார்.

18

முசோலினி செய்த இமாலயத் தவறு

இரண்டாம் உலகப் போர்

நீண்ட காலமாக போலந்தின் மீது ஹிட்லருக்கு ஒரு கண் இருந்தது, அந்தப் பிரதேசத்தை எப்படியாவது ஜெர்மனிக்குள் அடக்கி விடவேண்டும் என்பதில் தீவிரமாக யோசித்தார். அவர்கள் என்ன கூப்பிட்டா கொடுக்கப் போகிறார்கள்? ஆகவே தனது வழியில் அதை எடுத்துக் கொள்ள திட்டம் தீட்டினார். அந்த வழி போர் செய்வதுதான்.

எந்த விதமான முன்னறிவிப்பும் இல்லாமல் போலந்தின் மீது தனது தாக்குதலை 1939 ம் ஆண்டு செப்டம்பர் மாதம் தொடங்கியது ஜெர்மனி. அதிர்ச்சி அடைந்த பிரிட்டனும், பிரான்சும் ஏய் என்ன செய்கிறாய் இதை நாங்கள் ஒப்புக் கொள்ள மாட்டோம் என்று எதிர்க்குரல் கொடுத்தன. இப்படித்தான் இரண்டாம் உலகப்போர் ஆரம்பித்தது.

நீங்க யாரு இதை தடுக்கிறதுக்கு? உங்க வேலையைப் பார்த்துக்கிட்டு போங்க இல்லேன்னா உங்க மேலயும் குண்டு போட வேண்டி வரும் என்று மிரட்டினார் ஹிட்லர். உலக நாடுகள் அதிர்ந்தன. ஒன்றை ஒன்று பார்த்துக் கொண்டன. கொஞ்சம் கொஞ்சமாக உலகப்போர் வலுவடைய ஆரம்பித்தது.

ஹிட்லரின் ஆவேச எதிர்ப்பைப் பார்த்து உலக நாடுகள் அதிர்ச்சி அடைந்தது குறைவு, மிக அதிகமாக அதிர்ச்சியை அனுபவித்தவர் முசோலினி தான். அடடா இந்த ஆள் ஏதோ மிகப் பெரிய திட்டத்தோடு இந்த ஆட்டத்தை தொடங்கி இருக்கிறார். இதில் நம்முடைய உதவியைக் கேட்பார். நாம் போட்டுக் கொண்ட ஒப்பந்தம் அப்படி. ஆனால் இவருக்கு உதவி செய்தால் தேவையில்லாமல் பிரிட்டன், பிரான்சு ஆகிய நாடுகளில் கோபத்தை தாங்கிக் கொள்ள வேண்டி இருக்கும். ராணுவ உதவி தர மறுத்தால் ஹிட்லர் ஒப்பந்தத்தை மீறி விட்டதாக கோபித்துக் கொள்வார் என்று எண்ணிஎண்ணிக் குழம்பினார்.

ஹிட்லருக்கு ராணுவ உதவிகளை செய்யவும் விருப்பம் இல்லை, ஒப்பந்தத்தை மீறவும் தைரியம் இல்லை.

அவருடைய நிலை இருதலைக் கொள்ளி எறும்பு என்பார்களே அப்படி இருந்தது. ஒரு மூங்கில் குழாயில் எறும்பு சென்ற போது மூங்கிலின் ஒரு முனையில் தீப்பற்றிக் கொண்டது. ஆபத்தை அறிந்த எறும்பு திரும்பி மறுமுனை வழியாக தப்பிச் செல்லலாம் என்று வந்தபோது அங்கும் தகதகவென்று நெருப்பு எரிந்தது. அந்த எறும்பின் நிலையில் இருந்தார் முசோலினி.

இவருடைய நிலை இப்படி என்றால், ஹிட்லர் வேறு விதமாக சிந்தித்தார். தமது படையெடுப்புக்கு முசோலினி நிச்சயம் உதவுவார் என்று நம்பினார். அவருடன் நல்லுறவு ஏற்பட்டுள்ளதோடு, எஃகு ஒப்பந்தப்படியும் ராணுவ உதவியை கொடுக்க வேண்டும் அல்லவா? ஆனால் முசோலினி உதவியும் தராமல், மற்ற நாடுகளையும் எதிர்க்காமல் காலம் தாழ்த்தினார். இது ஹிட்லரை குழப்பம் அடையவும், கோபங்கொள்ளவும் வைத்தது. சரியான வழவழா கொழகொழா ஆளாக இருக்கிறாரே என்று முணு முணுத்துக் கொண்ட அவர் இனிமேல் இந்த ஆளை நம்பிப் பயன் இல்லை என்று முடிவுக்கு வந்தார்.

போரைத் தொடங்கி விட்டேன். யார் உதவிக்கரம் நீட்டினாலும் சரி, இல்லாவிட்டாலும் சரி ஒரு கை பார்த்து விடவேண்டியது தான் என்ற துணிவில் அவர் போலந்தின் மீது அதிரடித் தாக்குதல் நடத்தினார். அவரது மின்னல் வேகத் தாக்குதலை சமாளிக்க முடியாமல் போலந்து வீழ்ந்து விட்டது.

இதில் மற்றொரு ஆச்சரியமும் உண்டு. போலந்துக்கு உதவி செய்வதற்கு பிரிட்டனும், பிரான்சும் தங்கள் ராணுவத்தை அனுப்பின. ஆனால் அவைகள் வந்து சேருவதற்கு சற்றே காலதாமதம் ஆனதால் ஜெர்மனி வெற்றி பெற்றுவிட்டது. எல்லாம் நேரந்தான் என்பது போலந்தைப் பொறுத்தவரையில் முற்றிலும் உண்மையாகிவிட்டது.

இது போதாதா ஹிட்லருக்கு. ஆஹா இப்போதாவது என் படைபலம் தெரியுதா? நான் யார் என்று தெரியுதா? என்று கொக்கரித்தார். தனது படைபலத்தை பெருக்கிக் கொள்ளவும், தனது நாட்டின் எல்லைகளை விஸ்தாரமாக்கிக் கொள்ளவும் டென்மார்க், நார்வே, பெல்ஜியம் என்று கண்ணில் பட்ட நாடுகளின் மீது படையெடுத்து அழித்தார். ஆச்சரியப்படும் விதமாக தொடர்ந்து அவருக்கு வெற்றி மாலைகள் குவிந்தன. வெற்றி தந்த மிதப்பில் என்னை யார் எதிர்த்தாலும் அவர்கள் மீது போர் தொடுப்பேன். பிரான்சுக்கு எதிராகவும் ஜெர்மனி போர் தொடுக்கும் என்று பகிரங்கமாக அறிக்கை வெளியிட்டார்.

இந்த விஷயம் முசோலினியை சற்று சிந்திக்க வைத்தது.

களம் இறங்கட்டுமா?

அடடா நாம் ஒன்று நினைக்க வேறொன்று நடக்கிறதே. ஹிட்லர் வெறும் வாய்ப்பேச்சு வீரர் அல்ல செயல்வீரர் என்பதை நிரூபிக்க ஆரம்பித்து விட்டார். இனிமேலும் காலதாமதம் செய்வதும், ஹிட்லருக்கு ஆதரவாக படைகளை அனுப்பாமல் இருப்பதும் ஆபத்தை கொண்டு வந்து சேர்க்கும். கொஞ்சம் புத்திசாலித்தனமாக நடந்து கொள்வது அவசியம் என்று யோசித்தார்.

முதல் உலகப் போரின் போது பிரிட்டன், பிரான்சு கூட்டணியில் இணைந்து தான் இத்தாலி களம் இறங்கியது. வெற்றி பெற்ற பிறகு அந்த நாடுகள் இத்தாலியை கழற்றி விட்டதும், பிரதமரை அவமானப்படுத்தியதும் இன்னும் முசோலினிக்கு மறக்க வில்லை. பழிக்குப் பழி வாங்க இந்த சந்தர்ப்பத்தை பயன்படுத்திக் கொள்ள நினைத்தார். இப்போது இத்தாலியின் பழைய விரோதத்தை தீர்த்துக் கொள்ள பிரிட்டனுக்கும், பிரான்சுக்கும் எதிராக ஹிட்லருடன் கூட்டணி அமைப்பதே புத்திசாலித்தனமானது. ஒரே கல்லில் இரண்டு மாங்காய். அந்த நாடுகளை பழிவாங்கியது போலவும் இருக்கும், ஹிட்லருக்கு ஆதரவுக்கரம் நீட்டியது போலவும் ஆகும் என்று முடிவெடுத்தார்.

ஹிட்லர் வெற்றி மேல் வெற்றி களை குவித்துக் கொண்டிருக்கிறார். இப்போது அவருடன் இணைந்தால் இத்தாலிக்கு லாபம் கிடைக்குமே தவிர நஷ்டம் எதுவும் இல்லை என்று தீர்மானித்தார். ஆகவே இரண்டாம் உலகப் போரில் ஹிட்லருக்கு ஆதரவாக களம் இறங்கி ஒருகை பார்த்து விடுவது என்ற ரீதியில் தயாராகிவிட்டார்.

இவர்களுடன் ஜப்பானும் சேர்ந்து கொண்டது, ஜெர்மனி, இத்தாலி, ஜப்பான் ஆகிய மூன்று நாடுகளின் கூட்டணி அச்சுநாடுகள் எனப்பட்டது, இவற்றுக்கு எதிரான பிரிட்டன் மற்றும் பிரான்சின் கூட்டணி நேச நாடுகள் என்று அழைக்கப்பட்டது.

ஜப்பான் உள்பட வேறு பலநாடுகள் ரகசிய ஒப்பந்தம் செய்து கொண்டன. இத்தாலி ஆப்பிரிக்காவின் மீதும், ஜப்பான் ஆசியப் பகுதிகள் மீதும் ஐரோப்பிய பகுதிகளை ஜெர்மனியும் தாக்க வேண்டும் என்பதே அந்த ஒப்பந்தம். இந்த வகையில் ஜெர்மனியின் நாடு பிடிக்கும் ஆசையால் ஹிட்லர் தொடங்கி வைத்த போர் எல்லையில்லாமல் பரவி உலகையே நடுங்க வைத்தது.

ஹிட்லருக்கு உதவிக்கரம் நீட்டலாம் என்று இருக்கிறேன், என்று இத்தாலிய மன்னர் விக்டர் இமானுவேலிடம் சென்று தெரிவித்தார் முசோலினி.

எதனால் இந்த முடிவுக்கு வந்தீர்கள்?

ஹிட்லர் வெற்றி மேல் வெற்றி பெற்று ஜெர்மனியை விஸ்தரித்துக் கொண்டிருக்கிறார். முதல் உலகப்போரில் இத்தாலி அந்த நேச நாடுகளுடன் கூட்டணி வைத்து அவமானப்பட்டதை நான் இன்னும் மறக்கவில்லை, நீங்களும் மறந்திருக்க மாட்டீர்கள். இப்போது நாம் ஜெர்மனிக்கு ஆதரவாக செயல்பட்டால் நல்ல எதிர்காலம் இருக்கும் என்று தோன்றுகிறது.

அப்படியா?

ஆமாம். ஹிட்லரின் ஆவேசம் நிச்சயமாக பிரிட்டனை வீழ்த்திவிடும். அவ்வாறு இல்லையென்றால் கூட இருவருக்கும் இடையில் ஒரு அமைதி ஒப்பந்தம் கையெழுத்தாவது உறுதி. ஹிட்லர் வெற்றி பெறும் போது நாம் அவருடன் கூட்டணி வைத்துக் கொண்டால் நமது நாட்டின் எல்லைகள் விரிவாகும். யோசித்து நல்ல முடிவு சொல்லுங்கள் என்றார் முசோலினி.

இத்தாலி அரசர் முதலில் தயங்கினார், ஆனால் ஹிட்லரின் வெற்றிகள் அவரை உற்சாகம் கொள்ள வைத்தன. அதோடு முசோலினியும் இத்தனை சொல்கிறார். கொஞ்சம் விட்டுப் பிடிப்போம். ஜெர்மனியுடன் கூட்டு சேர்வதால் பெரிய நஷ்டம் எதுவும் இல்லை என்ற தீர்மானத்திற்கு வந்த அவர் புன் சிரிப்போடு சம்மதம் தெரிவித்தார்.

இப்படியாக முசோலினி இரண்டாம் உலகப் போருக்குள் ஹிட்லரின் மீது கொண்ட அசைக்க முடியாத நம்பிக்கை மற்றும் நட்பின் காரணமாக ஈடுபட்டார். ஆனால் அது எத்தனை பெரிய இமாலயத் தவறு என்பதை எதிர்காலம் அவருக்குத் தெரிவிக்கப் போகிறது.

வாய்ச்சவடால்

கூட்டணி சேர்ந்த தைரியத்தில் பிரிட்டனுக்கும், பிரான்சுக்கும் எதிராக இத்தாலி போர் தொடுக்கும் என்ற அறிக்கையை முசோலினி பகிரங்கமாக 1940ம் வருடம் ஜூன் மாதம் 14ம் தேதி வெளியிட்டார். அவைகள் எத்தனை பெரிய வல்லரசுகள், இத்தாலி எத்தனை சிறிய நாடு, அவர்களை நோக்கி சவால் விடுகிறோமே என்று யோசிக்க வில்லை. சண்டைக்கு வரியா என்று புலியைப் பார்த்து பூனை குரல் கொடுப்பதைப்போல அறிக்கை வெளியிட்டார். அவரது வாக்கில் சனி இருந்திருக்க வேண்டும்.

சொல்லி விட்டாரே தவிர செயல்படுத்துவது அத்தனை எளிதான செயல் அல்ல என்பதை முசோலினி பிரான்சுக்கு எதிராக களம் இறங்கியபோதே உணர்ந்து கொண்டார். இத்தாலி ராணுவம் பிரான்சை தாக்கியது, அவர்கள் திருப்பித் தாக்கினார்கள். தாக்குதல் பலமாக இருந்தது. ஒவ்வொன்றும் மரண அடியாக விழுந்தது. ஏராளமான இத்தாலிய வீரர்கள் கொல்லப்பட்டனர்.

ஆஹா ஆழம் தெரியாமல் காலை விட்டு விட்டோம் என்பது முசோலினிக்குப் புரிந்தது. அவரால் எதிர்பார்த்த அளவிற்கு வேகமாக முன்னேறிச் செல்ல முடியவில்லை.

அப்போது அவர் உதவிக்கு ஜெர்மனியை அழைத்தார், ஹிட்லரின் அதிரடியான தாக்குதலை சமாளிக்க முடியாத பிரான்சு வேறு வழியில்லாமல் சமாதானத்திற்கு ஒப்புக்கொண்டு பல பகுதிகளை ஹிட்லருக்கு கொடுத்தது. ஆனால் இதில் இத்தாலியின் பங்கு மிகவும் சொற்பமே என்பதால் முசோலினிக்கு சிறிய துண்டுப் பகுதி மட்டுமே பரிசாகக் கிடைத்தது. ஒரு பக்கம் அவமானம் மற்றொரு பக்கம் தனது இயலாமை ஆகிய இரண்டும் முசோலினியை வாட்டி எடுத்தது. இதற்குப் பரிகாரம் தேட வேண்டும் என்று அவரது உள்மனம் உந்தித்தள்ளியது.

ஆகவே தனது பார்வையை மத்தியதரைக்கடல் பக்கமாகத் திருப்பினார். என்னாலும் ஜெயிக்க முடியும் என்னாலும் நாடு பிடிக்க முடியும் என்பதை ஹிட்லருக்கு தெரிவிக்க வேண்டும் என்ற பிடிவாதம் அவருக்குள் இருந்தது. ஆகவே அவர் லிபியாவில் இருந்த தன்னுடைய ராணுவத்திற்கு திடீரென்று ஒரு கட்டளையிட்டார்.

பிரிட்டனின் ஆட்சியின் கீழ் இருக்கின்ற சூடான், கென்யா, பிரிட்டிஷ் சோமாலிலாண்ட் ஆகிய பகுதிகளின் மீது இத்தாலிய ராணுவம் குண்டு மழை பொழியட்டும், உடனே செயல்படுங்கள் என்ற அவசர ஆணையிட்டார். உமர் முக்தார் சிறைபிடிக்கப்பட்டு தூக்கிலிடப்பட்ட பிறகு லிபியா இத்தாலியின் கட்டுப்பாட்டில் இருந்தது. ஆகவே அங்கே இத்தாலிய ராணுவம் நிரந்தரமாக தங்கி இருந்தது. இது குறித்த விவரங்களை நாம் ஏற்கெனவே படித்திருக்கிறோம்.

எதிர்பாராத வெற்றி

ஆச்சரியப்படும் விதமாக மேற்கண்ட நாடுகள் இத்தாலியின் ராணுவத்திற்கு அடிபணிந்தன. வெற்றி பெற்ற எக்களிப்பில் தெரிகிறதா நான் யாரென்று? என்று கம்பீரமாக புகைப்படங்களுக்கு போஸ் கொடுத்தார் முசோலினி. இந்த வெற்றிகளை அவரே கூட எதிர்பார்க்க வில்லை. அதை வெளியே காட்டிக் கொள்ளாமல் இத்தாலி மன்னரிடம் பீற்றிக் கொண்டார்.

இதற்காகத்தான் அன்று உங்களிடம் இரண்டாம் உலகப் போரில் இறங்கலாம் என்று கூறினேன். அதனால் தான் நம்மால் இத்தனை வெற்றிகளை அடைய முடிந்தது. அதோடு உலக நாடு களுக்கும் இத்தாலியின் வல்லமை என்ன என்பதைப் புரிய வைக்க முடிந்தது. நீங்கள் அனுமதி அளித்தமைக்கு நன்றி, என்றார்.

மன்னருக்கும் மகிழ்ச்சியாகத்தான் இருந்தது, இத்தாலியின் வெற்றிகள் தொடர வாழ்த்துக்கள் என்று சொல்லி அவரை பரிசுகளோடு அனுப்பி வைத்தார்.

ஹிட்லருடன் ஆலோசனை செய்யாமல் களம் இறங்கி பெற்ற வெற்றி இது. போரைத் துவக்குவதற்கு முன்னால் முசோலினி இது குறித்து ஹிட்லருடன் பேசலாம் என்று நினைத்தார். ஆனால் அவருடைய கவுரவம் தடுத்து விட்டது. அவர் ஜெர்மனி படையெடுப்பை பற்றி என்னிடம் எதுவுமே கூறுவதில்லை, கலந்து பேசுவதில்லை அப்படியிருக்க நான் மட்டும் எதற்காக அவரிடம் இந்தப் படையெடுப்பை குறித்து தெரிவிக்க வேண்டும், வேண்டியதில்லை நானே பார்த்துக் கொள்கிறேன் என்று முடிவெடுத்தார். அதனால் தான் லிபியாவில் இருந்த தன்னுடைய ராணுவப்படைக்கு உத்தரவிட்டார். எப்படியோ எல்லாம் நல்லபடியாக முடிந்து விட்டது.

இந்த வெற்றி அவரை சற்று நிலை தடுமாற வைத்தது. தனது பலம் என்ன எதிரியின் படைபலம் என்ன என்பதை கணித்துக் கொள்ளாமல் நினைத்தவுடனே படையெடுப்பை துவங்க நினைத்தார். அந்த வகையில் அவருடைய அடுத்த குறி, கிரீஸ். இது மட்டும் எனது கைக்குள் வந்து விட்டால் மத்தியதரைக்கடல் பகுதி முழுவதுமே எனது கட்டுப்பாட்டில் இருக்கும் என்று மனப்பால் குடித்தார் முசோலினி.

எனவே அடுத்ததாக அவரது பார்வை கிரீசின் மீது தாவியது. அந்த நாட்டைக் கைப்பற்ற வேண்டும். தனது கைப்பாவையாக இயங்கும் ஒரு அரசை நிறுவ வேண்டும். அங்கே காலூன்றிக் கொண்டு கொஞ்சம் கொஞ்சமாக கிரீசின் பல பகுதிகளையும் ஏப்பம் விட்டு இத்தாலியுடன் சேர்த்துக் கொள்ளவேண்டும் என்பதே முசோலினியின் ராஜதந்திரம்.

இத்தாலியப் படைகள் அல்பேனியாவில் இருந்தபோது கிரீசுக்கு தன்னிடம் சரண் அடையச் சொல்லி ஒரு ஓலை அனுப்பினார். அவர் எதிர்பார்த்தபடி கிரீஸ் சரண் அடையவில்லை. அது எதிர்த்து நின்றது.

கிரேக்க இத்தாலியப்போர்

முசோலினியின் தலைமையில் திரண்ட பாசிச அச்சு நாடுகள் கூட்டணியில் நாஜி ஜெர்மனிக்கு அடுத்த நிலையில் இத்தாலி இடம் பெற்றிருந்தது. இரண்டாம் உலகப் போரின் ஆரம்பத்தில் ஜெர்மனி தொடர்ந்து வெற்றிமேல் வெற்றி பெற்றது. இதைப் பார்த்த முசோலினி

உலகை நடுங்கச் செய்யும் ஹிட்லருக்கு கிடைத்த அதே வெற்றி தனக்கும் கிடைக்கும் என்று கனவு கண்டார். இதற்காக அவர் அண்டை நாடுகளின் மீது படையெடுக்க ஆரம்பித்தார். இத்தாலியை விரிவாக்கும் முயற்சியில் தீவிரமாக இறங்கிய போது அவரது படைகள் அல்பேனியாவை 1939ம் ஆண்டு ஆக்கிரமித்தன. அதில் வெற்றியும் கிடைத்தது. இது குறித்த தகவல்களை நாம் ஏற்கெனவே பார்த்திருக்கிறோம்.

இரண்டாம் உலகப் போரின் போது பாசிச இத்தாலிக்கும் கிரீசுக்கும் இடையே நடந்த போர் இது. 1940ன் கிரீசுக்கான போர் என்றும் இது அழைக்கப்படுகிறது. இந்தப் போரில் இத்தாலி கிரீசைத் தாக்கி கைப்பற்ற நினைத்து முயற்சி செய்தது, ஆனால் அதில் வெற்றி பெறமுடியாமல் பரிதாபமாக தோல்வியைத் தழுவியது.

இத்தனைக்கும் அன்றைய கிரீஸ் பழங்கால பெருமையுடனோ வீரத்துடனோ இல்லை. இருந்தாலும் இத்தாலியப் படைகள் திணறியதற்குக் காரணம் கிரீசின் தட்பவெப்ப நிலை தான். அது இத்தாலிய வீரர்களுக்கு உடல் ஆரோக்கியத்தைக் கெடுத்தது, முன்னேற விடாமல் தடுத்தது. குறிப்பாக அவர்களால் விமானப் படையை கிரேக்கத்தின் மீது பயன்படுத்த இயலாமல் அந்த நாட்டின் பருவநிலை மோசமாக இருந்தது.

முசோலினியின் படைகள் 1940ம் ஆண்டு அக்டோபரில் கிரீசின் மீது படையெடுத்தன. ஆனால் இதை ஏற்கெனவே எதிர்பார்த்திருந்த கிரீஸ் இந்தப் போரில் இத்தாலியைத் தடுத்து நிறுத்தியது. ஒரு மாத காலம் நடந்த போரில் இத்தாலியப் படைகள் பின்வாங்க ஆரம்பித்தன.

இது போதாது என்று கிரீஸ் இப்போது இத்தாலியைத் திருப்பித் தாக்க ஆரம்பித்தது. இந்த கடுமையான சண்டை சில மாதங்களுக்கு நீடித்தது. வெற்றி தோல்வி இல்லாமல் போர் தொடர்ந்து நடந்தது.

காட்டு யானையை வேட்டையாட வந்த வேட்டைக் காரனுக்கு, அந்த யானையை வேட்டையாட முடியாமல் போனதோடு, அவனை அந்த யானை துரத்தவும் ஆரம்பித்தால் அவன் நிலை என்ன? வேறு என்ன உயிரைக் காப்பாற்றிக் கொள்ள ஓடுகின்ற நிலை தானே? அதைப் போன்ற ஒரு பரிதாபமான நிலையில் தான் முசோலினி இருந்தார். யானைத் தந்தம் கிடைக்காவிட்டால் போகிறது உயிர் பிழைத்தால் போதும் என்ற அவலமான நிலை அவருக்கு ஏற்பட்டது. இதற்குக் காரணம் தன்னுடைய பலத்தை அறியாமல் போருக்கு கிளம்பியது தான்.

நிலைமையை சமாளிக்க அவர் மற்றொரு போர்த்தந்திரத்தை கையாண்டார்.

கிரேக்கப் படைகளின் கவனம் அல்பேனியாவில் மாத்திரமே இருக்கிறது. ஆகவே மற்றொரு படை வடக்குப் பகுதியை தாக்குவதற்கு போகட்டும் என்றார் முசோலினி. அவரது தந்திரப்படியே படையின் ஒரு பகுதி 1941 மார்ச் மாதம் மற்றொரு தாக்குதலைத் துவங்கியது.

இதை சற்றும் கிரீஸ் எதிர்பார்க்கவேயில்லை. ஆகவே முதலில் திணறியது. ஆனால் பத்து நாட்களுக்குள் அது சுதாரித்துக் கொண்டது, தாக்குதலை முறியடித்ததோடு, இத்தாலியை திருப்பி அடித்தது. நிலைமை நாளுக்கு நாள் மோசமாகிக் கொண்டிருந்தது. ஆரம்பித்த தொழிலில் லாபம் கிடைக்காவிட்டாலும் பரவாயில்லை போட்ட முதலாவது இழக்காமல் இருந்தால் போதும் என்று நினைத்தார் முசோலினி. ஆனால் அதற்கும் வழியில்லாமல் அவரது நிலை கேலிக்கூத்தானது.

கிரீசுக்கு ஆதரவாக பிரிட்டனின் ராணுவப்படை வந்து சேர்ந்து இத்தாலியை அடித்து நொறுக்கியது. ஏராளமான எண்ணிக்கையில் இத்தாலியப் படைவீரர்கள் இறந்து விட்டனர். அதோடு இது நாள் வரையில் இத்தாலிக்குச் சொந்தமானதாக இருந்த அல்பேனியா கிரீசின் பிடிக்குள் சென்று விட்டது.

ஆஹா காக்கையை பிடிக்கப் போய் முயலை கோட்டை விட்ட கதையாக ஆகிவிட்டதே பிழைப்பு என்று வருந்தினார் முசோலினி.

இனிமேல் தனியாக தாக்குப் பிடிக்க முடியாது, இத்தாலி தோல்வி அடைந்து விடும் என்று முடிவுக்கு வந்து விட்டார். இதை சரிசெய்ய யாரைத் துணைக்கு அழைக்கலாம் என்று யோசித்தார். அவருக்கு தன்னைப் போலவே போர்முறைகளில் வல்ல அடால்ப் ஹிட்லரின் பெயர் நினைவுக்கு வந்தது. ஆகவே அவரிடம் உதவி கேட்டார். அவரை விட்டாலும் முசோலினிக்கு வேறு யார் உதவப் போகிறார்கள்?

தன்னிடம் ஆலோசனை எதுவும் கேட்காமல் முசோலினி தன்னிச்சையாக படையெடுப்பதும், மாட்டிக்கொண்டு விழிப்பதும் அவருக்கு எரிச்சலை ஏற்படுத்தியது. சரியான வாத்து மடையன் போல இந்த ஆள் நடந்து கொள்கிறானே அவஸ்தைப்படட்டும் என்று விட்டு விடலாமா? என்று நினைத்தார்.

ஆனால் யுத்த தருமத்தின் படி தனது கூட்டணி நாடான இத்தாலிக்கு உதவ வேண்டிய கடமை இருப்பதை உணர்ந்தார். ஆகவே தனது எரிச்சலையும்,கோபத்தையும் அடக்கிக் கொண்டு

ஜெர்மானிய ராணுவப்படைகளை இத்தாலிக்கு ஆதரவாக அனுப்பினார். முசோலினிக்கு உதவும் விதமாக ஜெர்மானியப் படைகள் ஏப்ரல் மாதத்தில் கிரீசின் மீது மூர்க்கமாகப் படையெடுத்தன. சில நாட்களில் கிரீஸ் தோல்வியைத் தழுவி சரண் அடைந்தது.

விலகியது பாதுகாப்பு

இத்தாலிக்கு கிடைத்த வெற்றி ஹிட்லர் பெற்றுத் தந்த வெற்றி என்று சொல்லிச் சொல்லி மகிழ்ச்சி அடைந்தார் முசோலினி. ஆனால் அவரது மகிழ்ச்சியை பின்னால் வந்த சோக வெள்ளம் அடித்துக் கொண்டு போய்விட்டது. அவரது மகன் புருனோ ஒரு விமான விபத்தில் பலியாகிவிட்டார். புத்திர சோகத்தினால் பாதிக்கப்பட்ட முசோலினி மிகவும் நொந்து போனார். அவருடைய மனம் மகனின் இழப்பினால் ஏற்பட்ட துக்கத்தில் மூழ்கி தத்தளித்த நேரத்தில் விரும்பத்தகாத நிகழ்வுகள் நடக்க ஆரம்பித்தன.

அமெரிக்கா திடீரென்று மொராக்கோ, அல்ஜிரியா ஆகிய பகுதிகளின் மீது தாக்குதலை நடத்தியது. இந்த தைரியத்திற்கும் தடாலடிக்கும் என்ன காரணம்?

அவருக்கு இதுவரையில் ஆதரவுக்கரம் நீட்டிய ஹிட்லர் தற்போது வெகுதொலைவு சென்றுவிட்டார். அதாவது அவருடைய ராணுவத்தின் பெரும்பகுதி சோவியத் ருஷ்யாவை நோக்கி போய் விட்டது.

ஹிட்லருக்கு எதிர்ப்புத் தெரிவிக்க ஆள் இல்லாமலும், எதிர்த்தவர்களை துவம்சமாக்கியும் மதம் கொண்ட யானையைப் போல ஜெர்மானியப் படைகள் முன்னேறின. வெற்றி மிதப்பில் இருந்த ஜெர்மானிய வீரர்கள் ஆவேசத்தோடு எதிர்த்தவர்களை எமலோகம் அனுப்பி விட்டு மூர்க்கத்தனமாக முன்னேறிக் கொண்டிருந்தனர். இந்த ஆர்ப்பாட்டத்தில் திளைத்திருந்த ஹிட்லர் அருகே இருந்த முசோலினிக்கு அதிக படைபலம் அனுப்ப நினைக்கவில்லை.

19

இத்தாலியை நசுக்கு

ஹிட்லரின் பாதுகாப்பு வளையம் விலகி இருக்கிறது. இதனை அறிந்தன நேச நாடுகள். இந்த தருணத்தை சரியானபடி பயன்படுத்திக்கொண்டு முரடன் முசோலினிக்கு தகுந்த பாடம் புகட்ட அமெரிக்கா திட்டமிட்டு தனது காய்களை சரியாக நகர்த்தியது. அந்த சதுரங்கத்தில் முசோலினி தனியாக மாட்டிக் கொண்டார். அவருடைய படைபலம் அத்தனை திறமைவாய்ந்ததாக இல்லை. அதோடு மூர்க்கத்தோடு தாக்கும் அமெரிக்காவின் நவீன ஆயுதங்களைக் கண்டு இத்தாலியப் படை பிரமித்துப் போனது. வெறும் வாய்ச் சவடால் இப்போது எந்த பயனையும் தராது என்பதை அறிந்த முசோலினி பேந்தப் பேந்த விழித்துக் கொண்டு நின்றார். நிலைமையை அவரால் சமாளிக்க முடியவில்லை, அமெரிக்காவும், பிரிட்டனும் போட்டி போட்டுக் கொண்டு ஏற்படுத்திய நெருக்கடியில் விழி பிதுங்கிப் போனார் முசோலினி. ஏராளமான வீரர்கள் பலியாகி விட்டனர், அது மட்டும் இல்லை. இதுவரையில் அவரது கட்டுப்பாட்டில் இருந்த வட ஆப்பிரிக்கப் பகுதிகளை நேசநாடுகள் பிடுங்கிக் கொண்டன.

உதவி உதவி என்று ஹிட்லரை நோக்கி அபயக்குரல் எழுப்பினார். ஆனால் ஹிட்லரால் உதவி செய்ய முடியாதநிலை.

அவர் எட்டே வாரங்களில் சோவியத் ருஷ்யாவை விழவைத்து விடுவேன் என்று சபதம் செய்திருந்தார். அவரது படைகள் எந்த யுத்த தருமத்தையும் கடைப்பிடிக்காமல் மக்களைக் கொன்று குவித்தபடி முன்னேறினர். அவர்கள் ஏற்படுத்திய அழிவு இதுவரையில் வரலாற்றில் எந்த யுத்தமோ அல்லது நாடோ பார்க்காத அளவிற்கு மோசமாக இருந்தது. மேலும் மேலும் கிடைத்த வெற்றி ஜெர்மானிய வீரர்களை பைத்தியக்காரர்களைப் போல மாற்றியது. அவர்கள் மனம் போன படியே நடந்து சொல்லமுடியாத அக்கிரமங்களைச் செய்து அழிவுகளை உண்டாக்கினார்கள். இந்த களியாட்டத்தில் தன்னை மறந்திருந்தார் ஹிட்லர். ஆகவே அவர் முசோலினியைப் பற்றி கவலைப்படவில்லை.

ஆஹா மாட்டிக்கிட்டாண்டா முசோலினி என்று சந்தோஷப் பட்ட அமெரிக்காவும், பிரிட்டனும் தங்கள் படைகளை ஏவி எறும்பை நசுக்குவதைப் போல இத்தாலியை நசுக்க ஆரம்பித்தன. தாக்குதல் மிகத் தீவிரமாக இருந்தது. லிபியாவின் மீது இத்தாலி நடத்திய தாக்குதலை விட அதிபயங்கரமாகவும் மோசமாகவும் இந்த தாக்குதல்கள் இருந்தன. முசோலினியை முகவரி இல்லாமல் செய்து விட வேண்டும் என்ற வெறியில் நேச நாடுகள் கரங்கோர்த்துக் கொண்டு இத்தாலியை வதம் செய்தன.

இத்தாலி எப்போது வேண்டுமானாலும் விழுந்து விடலாம் என்ற நிலை வந்து விட்டது. அடுத்து என்ன செய்வது? இந்த நெருக்கடியில் இருந்து எப்படித் தப்புவது? என்பது குறித்த கருத்துக்களை விவாதிக்க பாசிஸ்டு கிராண்ட் கவுன்சில் அவசரமாகக் கூட்டப்பட்டது.

கவுன்சிலில் தோன்றிய எதிர்ப்பு அலை

கிராண்ட் கவுன்சில் பற்றி நமக்குத் தெரியும். அதற்கு முசோலினியே தலைவர், அவரே பார்த்துப் பார்த்து தனக்கு வேண்டியவர்களை மட்டுமே உறுப்பினராக்கி இருக்கிறார். இது நாள் வரையில் முசோலினியின் கருத்துக்கு தலையாட்டி வந்தவர்கள், அவர் கை நீட்டிய இடத்தில் கையெழுத்துப் போட்டவர்கள். அப்படிப்பட்டவர் களுடன் இத்தாலியின் எதிர்காலம் குறித்து இப்போது விவாதம் நடக்கப் போகிறது என்று தான் முசோலினி நினைத்திருந்தார். நாமும் அப்படித்தான் நினைப்போம். ஆனால் காலம் இப்போது அவருக்கு எதிராக உறுப்பினர்களை மாற்றி இருப்பதை அவர் அறிய மாட்டார்.

இது நாள் வரையில் அவரைக் கண்டால் கையெடுத்துக் கும்பிட்டவர்கள், இன்று கை நீட்டி குற்றம் சாட்டுவார்கள் என்பதை அவர் கனவில் கூட எதிர்பார்த்திருக்க மாட்டார். ஆனால் அப்படித் தான் நடந்தது.

இன்று வரையில் முசோலினி பிரதமராகப் பொறுப்பேற்றுக் கொண்டு இருபது ஆண்டுகள் ஆகின்றன. மன்னர் இமானுவேல் இதுவரையில் முசோலினியின் அதிகாரத்திற்குள் குறுக்கிடவில்லை. அவருடைய கருத்துக்கு மாற்றுக் கருத்துக்களைச் சொன்னதில்லை. அத்தனை சுதந்திரம் கொடுத்திருந்தார். அந்த துணிச்சலில் தான் அவர் ஹிட்லருடன் கூட்டு சேர்ந்து இரண்டாம் உலகப் போருக்குள் நுழைந்தார். அது தான் அவர் செய்த தவறு.

அவர் அப்படி செயல்பட்ட விதம் பல எதிர்பாராத நஷ்டத்தை இத்தாலிக்கு ஏற்படுத்திவிட்டது. முசோலினி என்ற தனிநபர் ஹிட்லர் என்ற மற்றொரு சர்வாதிகாரியுடன் நட்பு கொண்டால் அது யாரையும் பாதிக்கப் போவதில்லை. ஆனால் முசோலினி என்ற இத்தாலியப் பிரதமர் தனது சொந்த விருப்பத்தின் படி ஹிட்லருடன் நட்பு கொண்டு இத்தாலியையும் உலகப் போரில் களமிறக்கியது தவறானது என்று உறுப்பினர்கள் மத்தியில் ஒரு கண்டனம் எழுந்தது.

கூட்டத்தில் முசோலினி செய்த செயல் கண்டிக்கத்தக்கது என்றும், அவருடைய தனி மனித யுத்தவெறி காரணமாகவே கடந்த மூன்று ஆண்டுகளாக சொல்லமுடியாத நஷ்டத்தையும், கஷ்டத்தையும் இத்தாலி அனுபவித்து வருகிறது என்றும் குற்றம் சாட்டப்பட்டது.

அது ஓரளவிற்கு உண்மையும் கூட, முசோலினியின் நாடு பிடிக்கும் ஆசையும், ஹிட்லரின் நட்பும் அவரை தன் சக்திக்கு மீறிய போர்களில் ஈடுபடவைத்தது. அதன் பலனாக ஏராளமான எண்ணிக்கையில் வீரர்கள் பலியாகிவிட்டனர். இத்தாலியின் ஆட்சிக்குக் கீழ் இருந்த நாடுகள் பறிபோய்விட்டன. பொருட்கள் அழிந்தன, மக்கள் கொல்லப்பட்டனர். இது போக குண்டுமழையும், துப்பாக்கி சத்தமும் இல்லாமல் ஒரு நாள் ஒரு பொழுதுகூட போகவில்லை. இதன் காரணமாக மக்கள் மனஅமைதி இழந்து தவித்தனர். இவை அத்தனைக்கும் முசோலினியே காரணம் என்று குற்றம் சாட்டப்பட்டது.

முசோலினியின் ஆட்டத்திற்கு தடை சொல்லாத மன்னர் மீதும் மக்களுக்கு கோபம் இருந்தது. இத்தாலியின் இழப்பில் பாதிப்பங்கு அவருடைய மெத்தனம் தான் என்றும் உரத்த குரல் எழப்பி வந்ததையும் கவுன்சில் இப்போது சுட்டிக்காட்டியது.

முசோலினிக்கு எதிராக இந்த கூட்டத்தை கூட்டியவர் யார் தெரியுமா? கருஞ்சட்டை ராணுவத்தை ஆதிகாலத்தில் கட்டமைத்துக் கொடுத்த டினோகிராண்டி தான். இவர் ஒரு காலத்தில் முசோலினிக்கு வலது கைபோல செயல்பட்டவர். முசோலினியின் கொள்கையால் கவரப்பட்ட இவரை கிராண்ட் கவுன்சில் உறுப்பினராக்கினார் முசோலினி. சில சமயங்களில் முசோலினி எடுக்கின்ற முடிவுகள் தவறானவை என்ற கருத்தை டினோகிராண்டி பகிரங்கமாக வெளிப்படுத்தி இருக்கிறார். அப்போது நேரடியாகவே இருவரும் மோதிக் கொண்டதும் உண்டு.

டினோகிராண்டி ஒரு அறிக்கை தயார் செய்தார். அதில் முசோலினி இதுவரையில் செய்த தவறுகளைப் பட்டியல் இட்டிருந்தார். அதனால் இத்தாலிக்கு ஏற்பட்ட நஷ்டங்களையும் குறித்திருந்தார். இந்த அறிக்கையின் அடிப்படையில் முசோலினி மீது நம்பிக்கை இல்லா தீர்மானத்தை கொண்டு வந்து அதை கிராண்ட் கவுன்சில் உறுப்பினர்களுக்கு சில நாட்கள் முன்னதாகவே அனுப்பி இருந்தார்.

அதன் அடிப்படையில் தான் இன்று கூட்டத்தில் விவாதங்கள் நடந்தன. முசோலினியை சான்ஸ்சலர் பதவியில் இருந்து விலக்கும் விதமாக காரசாரமான விவாதங்கள் நடந்தன. இவை எல்லாம் முசோலினிக்கு ஆச்சரித்தையும் பிரமிப்பையும் ஏற்படுத்தியது. இது நாள் வரையில் தன்னை நிமிர்ந்து பார்க்கக்கூட தைரியம் இல்லாத உறுப்பினர்கள் தன்னை பதவியில் இருந்து நீக்கும் தீர்மானம் கொண்டு வருவார்கள் என்பது அவருக்கு அதிர்ச்சியை ஏற்படுத்தி இருந்தது.

இதுநாள் வரையில் மற்றவர்களை குற்றம் சாட்டியும், கேள்வி கேட்டும் மட்டுமே பழக்கப்பட்டவர் முசோலினி. எந்த நாட்டிலும் எந்த சட்டத்திலும் வழிமுறையில் இல்லாத வழக்கத்தில் கடுமையான தாக்குதல்களை நடத்துவதும், வெற்றி அடைவதற்காக எந்த எல்லைக்கும் போவதுமே அவரது அணுகுமுறையாக இருந்தது. கிராண்ட் கவுன்சிலின் உறுப்பினர்களை தனது கைப்பாவையாகவே அவர் வைத்திருந்தார். இன்று எல்லாமே அவருக்கு எதிராக ஒரு அணியில் திரண்டு இருப்பதை அவரால் நம்பவும் முடியவில்லை. நிஜத்தை நம்பாமல் இருக்கவும் முடியவில்லை.

கொஞ்சம் கூட ஈவுஇரக்கமே இல்லாமல் பலி கொண்ட அந்த முரட்டு சர்வாதிகாரியை நோக்கி ஏவுகணைகளாக கேள்விகள் வந்தன.

ஹிட்லரின் யுத்தவெறிக்கு நீங்கள் உங்களை மட்டும் இல்லாமல் இத்தாலியையே பலியாக்கி விட்டீர்கள் என்றார் ஒருவர்.

அதனால் எந்த நன்மையும் விளையவில்லை, இழந்தது தான் அதிகம்.

தனிமனித விருப்பத்திற்காக ஒரு நாட்டையும், மக்களையும் அடகு வைத்தது முட்டாள் தனம் மட்டும் அல்ல. சுயநலத்தின் உச்சகட்டம் என்றார் ஒரு உறுப்பினர்.

உங்களது பேராசையினால் இத்தாலி இன்று நெருக்கடியில் தள்ளாடுகிறது. எதிரிகளை எதிர்க்க முடியாமல் திணறுகிறது. இன்றோ நாளையோ எதிரிகளிடம் அடிமைப்பட்டு போய்விடுமோ என்ற அச்சத்தில் துடிக்கிறது இதற்கு உங்கள் பதில் என்ன?

ஏன்யா வளவளன்னு பேசறீங்க அவரை பதவிய ராஜினாமா பண்ணச் சொல்லுங்க என்ற குரல் ஒரு பக்கத்தில் இருந்து வந்தது.

குரல் கொடுத்தவர் யார் என்று முசோலினி பார்த்தார், திடுக்கிட்டார் அவருடைய மருமகன்.

ஆம். அவரது சொந்த மகள் ஈடாவின் கணவர் சியோனோ.

20

அவரா சொன்னார்?

அன்று இரவு முழுவதும் முசோலினிக்குத் தூக்கமே வரவில்லை. தன்னை ஆதர்ச குருவாக நினைத்து இத்தனை வருடங்கள் பணி செய்த டினோகிராண்டி இப்படியொரு வெடிகுண்டை தனக்கு எதிராக தூக்கிப் போடுவார் என்பதை அவரால் ஜீரணிக்கவே முடியவில்லை. அதுமட்டுமா? தனது மகளை மணந்து கொண்டவர் சியோனோ, அவர் தனக்கு எதிராகத் திரும்புவார் என்பதை எண்ணிப் பார்க்க முடியவில்லை. அவரா பதவி விலகு என்று குரல் கொடுத்தார் நம்பமுடியாமல் திணறியது முசோலினியின் மனம்.

மேலும், அன்று அவரது நம்பிக்கை இல்லாத் தீர்மானத்தின் மீது நடந்த வாக்கெடுப்பில் அவர் தோற்றுப் போயிருந்தார்.

இன்றோடு இப்பதவி இல்லையா?

அவருக்கு எதிராக அதிக எண்ணிக்கை உறுப்பினர்கள் வாக்களித் திருந்தனர். முசோலினி படுக்கையில் புரண்டு படுத்தார்.

இத்தனை வருடங்கள் கட்டிக்காத்த பதவியும், ஆட்சியும் பறிபோய் விடுமா?

சே அப்படி இருக்காது. இவர்கள் நம்பிக்கை இல்லாத் தீர்மானம் கொண்டு வந்து விட்டால் போதுமா? அதை அரசர் ஏற்றுக் கொள்ள வேண்டுமே. அவர் ஏற்றுக் கொள்வாரா?

முசோலினி

நிச்சயமாக ஏற்றுக் கொள்ள மாட்டார். அவருக்கு நான் இதுவரையில் விசுவாசமாகவே நடந்து கொண்டேன். அவர் என்னை எதிர்த்து ஒரு வார்த்தை பேசியதில்லை. நானும் அப்படியே. ஆகவே அவர் என் விஷயத்தில் கருணையோடு நடந்து கொள்வார். பயப்படத்தேவையில்லை. இவர்கள் என் மீது நம்பிக்கை இல்லாத் தீர்மானம் கொண்டு வந்தால் வரட்டும் என்று ஒருபக்கம் ஆறுதல் அடைந்தார்.

காலையில் எத்தனை சீக்கிரம் முடியுமோ அத்தனை சீக்கிரமாக மன்னரை சென்று சந்திக்க வேண்டும், பதவி பறிபோகாமல் காப்பாற்றிக் கொள்ள வேண்டும் என்று தீர்மானம் செய்தார்.

என்ன பேசவேண்டும் என்றும் எப்படிப் பேசவேண்டும் என்றும் பலமுறை மனதிற்குள் ஒத்திகை பார்த்துக் கொண்டார்.

ஒரு பக்கம் தைரியமாகவும், மற்றொரு பக்கம் அச்சமாகவும் இருந்தது. நீண்ட நேரம் தூக்கம் வராமல் புரண்டுவிட்டு விடியற் காலையில் தூங்கிப் போனார். காலையில் கண்விழித்து எழுந்த போது அரண்மனையில் இருந்து ஒரு சேவகன் வந்து காத்திருந்தான்.

மன்னர் உங்களை பார்க்கவேண்டுமாம் வாருங்கள்! என்றான்.

அவரை நானே வந்து சந்திக்க வேண்டும் என்று நினைத்துக் கொண்டிருந்தேன் அவரே ஆள் அனுப்பி விட்டார். பழம் நழுவிப் பாலில் விழுந்தது போலாயிற்று. இந்த சந்தர்ப்பத்தை மிகச் சரியான முறையில் பயன்படுத்திக் கொள்ளவேண்டும் என்று மனத்திற்குள் மகிழ்ச்சி அடைந்த முசோலினி அவசரமாக கிளம்பிச்சென்றார்.

அரண்மனையில் மன்னர் அவரை வரவேற்ற விதம் இதமாக இல்லை.

ஒரு தோரணையோடு அமர்ந்திருந்தார். பக்கத்தில் நாற்காலி இருந்தது. ஆனால் முசோலினியை உட்காரச் சொல்லவில்லை.

அதை ஒரு பொருட்டாக எண்ணாமல் நானே உங்களை சந்திக்க வேண்டும் என்று நினைத்திகருந்தேன் என்று ஆரம்பித்து தன் மனத்தில் இருந்ததை வெளிப்படையாகச் சொல்லி முடித்தார்.

திருநெல்வேலிக்கே அல்வா

கிராண்ட் கவுன்சில் உங்களுக்கு எதிராக நம்பிக்கை இல்லாத் தீர்மானம் கொண்டு வந்திருக்கிறது இல்லையா? என்றார் மன்னர் ஆணையிடும் குரலில்.

ஆமாம் மென்று விழுங்கினார் முசோலினி.

அதை நான் ஒப்புக் கொள்ளக்கூடாது என்கிறீர்கள் அப்படித் தானே?

முசோலினி பதில் எதுவும் சொல்லாமல் நின்றார்.

இது நாள் வரையில் கிராண்ட் கவுன்சிலின் உறுப்பினர்கள் எடுத்த முடிவுகள் உங்கள் தனிப்பட்ட விருப்பத்தின் காரணமாக எடுக்கப்பட்டதா?

நிச்சயமாக இல்லை.

அவைகள் மக்கள் விருப்பத்தின் அடிப்படையில் தானே இருந்தது.

ஆமாம் அப்படி இருக்கவே தான் அவைகளை நான் அங்கீகாரம் செய்தேன் என்றார் முசோலினி அவசரமாக.

அப்படியிருக்கும் போது இப்போதும் உங்கள் மீது நம்பிக்கை இல்லாத் தீர்மானம் மக்களின் விருப்பப்படியே தானே எடுக்கப் பட்டுள்ளது.

முசோலினி பேயறைந்ததைப் போல திடுக்கிட்டார்.

மக்கள் எடுக்கின்ற முடிவுக்கு நீங்களும் நானும் கட்டுப்பட்டே ஆகவேண்டும். நீங்கள் போகலாம் என்றார் மன்னர்.

முசோலினி புரிந்து கொண்டார். அவருக்கு நம்ம ஊர்த் திருநெல்வேலியைப் பற்றித் தெரியாது. தெரிந்திருந்தால் திருநெல்வேலிக்கே அல்வா வா என்று அலறியிருப்பார்.

இனிமேலும் நான் சான்சலராக இருப்பது நல்லதல்ல. ஆகவே என் ராஜினாமா கடிதத்தை அனுப்பி வைக்கிறேன் என்று முசோலினி சொல்லி முடித்ததும்,

மன்னர் தனக்கு அருகில் நின்ற ஒரு அதிகாரியைப் பார்த்தார்.

அவர் தயாராக கையில் வைத்திருந்த காகிதங்களை நீட்டினார். இதில் கையெழுத்துப் போடுங்கள் என்றார்.

ஆஹா எல்லா ஏற்பாடுகளும் முன்கூட்டியே நடந்து விட்டன. ராஜினாமா கடிதத்தில் கையெழுத்து வாங்கவே மன்னர் தன்னை அழைத்து இருக்கிறார் என்ற உண்மை நிலவரம் சுரீல் என்று உறைத்தது.

அவர் கையெழுத்திட்டதும், இரண்டு ராணுவ அதிகாரிகள் அவருக்கு துணையாக வந்து சேர்ந்தனர்.

எதிர்பாராத மற்றொரு அதிர்ச்சி

அவரை வாசலுக்கு அழைத்து வந்தனர், மன்னர் உங்களுக்குப் பாதுகாப்பு ஏற்பாடுகள் செய்திருக் கிறார் வாருங்கள் என்று சொல்லி அருகே நின்ற பெரிய வாகனத்திற்கு அழைத்துச் சென்றனர்.

நான் வந்த எனது சொந்த வாகனம் இருக்கிறதே என்றார் முசோலினி.

அவர்கள் பதில் எதுவும் பேசவில்லை, அவரைத் தள்ளாத குறையாக வாகனத்தில் ஏற்றினர்.

அவர் அமர்ந்ததும் இரண்டு பக்கத்திலும் இரண்டு அதிகாரிகள் துப்பாக்கியுடன் அமர்ந்து கொண்டனர்.

எதற்காக எனக்கு இந்தப் பாதுகாப்பு? என்று முசோலினி யோசிக்க ஆரம்பித்தார். எதுவோ புரிந்தது போலவும், புரியாதது போலவும் இருந்தது.

வேகம் பிடித்த வாகனம் அவர் இருப்பிடத்திற்குச் செல்லாமல் வேறு எங்கோ போக ஆரம்பித்தது.

எங்கே என்னை அழைத்துச் செல்கீறர்கள், வண்டியை நிறுத்துங்கள் என்று கட்டளையிட்டார் முசோலினி.

எங்களுக்கு ஒத்துழைப்பு தாருங்கள். இல்லாவிட்டால் உங்களுக்கு எதிராக ஆயுதத்தை பயன்படுத்த வேண்டியிருக்கும் என்றார் ஒரு அதிகாரி.

இருபது வருடங்கள் வாழ்ந்த வாழ்க்கை, பதவி, சர்வாதிகாரம் அத்தனையும் இரண்டு நிமிடங்களுக்குள் பறிபோய்விட்டது என்பதை அவரால் நம்பவே முடியவில்லை. தான் சிறைப்பிடிக்கப் பட்டுள்ளதை அறிந்தபோது முசோலினிக்கு தலைசுற்றி மயக்கம் வந்தது.

அவர் சிறைபிடிக்கப்பட்ட மறுநாள் 1943ம் ஆண்டு 25 ஜூலை இத்தாலிய வானொலியில் ஒரு செய்தி ஒலிபரப்பானது.

இத்தாலியின் சான்சலராக இதுநாள் வரையில் இருந்த பெனிட்டோ முசோலினி பதவி நீக்கம் செய்யப்பட்டார். மக்களின் ஏகோபித்த முடிவின் அடிப்படையில் இந்த முடிவை மன்னர் விக்டர் இமானுவேல் எடுத்திருக்கிறார். தற்போது இத்தாலியின் புதிய சான்சலராக பீட்ரோ பெடாக்லியோ நியமிக்கப்பட்டுள்ளார். இவர் லிபியாவுக்கு எதிரான யுத்தத்தில் இத்தாலிய ராணுவத்தில் தீவிரமாகப் பணி யாற்றியவர் என்பது குறிப்பிடத்தக்கது என்பதே அந்தச் செய்தி.

இந்தச் செய்தியை கேள்விப்பட்ட மக்கள் இனிப்புக்கள் வழங்கி தங்கள் மகிழ்ச்சியை தெரிவித்துக் கொண்டனர். சில இடங்களில் வாண வேடிக்கைகள், ஆட்ட பாட்டங்கள் நடத்தப்பட்டன. இத்தாலியின் இருண்ட கட்சிக்கு விடிவுகாலம் வந்து விட்டது என்று டினோகிராண்டி போன்றவர்கள் அறிக்கை வெளியிட்டனர். இந்த சாதகமான முடிவை எடுத்து இத்தாலிய மக்களை வாழவைத்த மன்னருக்கு பல புரட்சி இயக்கங்கள் நன்றி தெரிவித்தன. இந்த இயக்கங்கள் இதுநாள்வரையில் முசோலினியின் அராஜகத்திற்கு பயந்து காணாமல் போயிருந்தன.

பத்திரிகைகளுக்கு போடப்பட்ட வாய்ப்பூட்டு கழற்றப்பட்டதால் அவைகள் விஷயத்தை மனம் போன படியே தாறுமாறாக திரித்து எழுதி தங்கள் வஞ்சத்தை தீர்த்துக் கொண்டன.

முன்னாள் சான்சலர் முசோலினி மாரடைப்பால் மரணம். பதவி பறிபோன அதிர்ச்சியில் அவர் மாரடைப்பினால் காலமானார் என்று ஒரு பத்திரிகை தலைப்புச் செய்திகளை வெளியிட்டது.

எதிரிகளின் கையில் சிக்கினார் முசோலினி என்றும்

முசோலினி தற்கொலை என்றும்

பலவாறான வதந்திகள் இத்தாலி முழுவதிலும் பரவின. எதுவாக இருந்தால் என்ன? ஒழிந்தான் கொடுங்கோலன் என்று மக்கள் ஆனந்தமாக இருந்தனர்.

நண்பருக்கு இந்த கதியா?

இந்த செய்திகள் ஜெர்மனியில் இருந்த ஹிட்லரின் காதுகளுக்கும் எட்டியது.

அவர் மனம் வருத்தப்பட்டது. கொஞ்சம் அதிர்ச்சியாகவும் இருந்தது.

தன்னுடைய மானசீக குருவுக்கு இந்த அவல நிலையா? அவரை எப்படியாவது சிறைமீட்டு மீண்டும் இத்தாலியின் சான்சலர் பதவியில் உட்கார வைக்க வேண்டும் என்று அவர் திட்டமிட்டார்.

இதற்கு என்ன காரணம்?

அவருக்கு முசோலினியின் மீது அதிக மதிப்பும், நட்பும் இருந்தது ஒரு காரணம்.

மற்றொரு காரணமும் உண்டு.

இத்தாலியின் புதிய பிரதமர் ஜெர்மனிக்கு எதிரான நடவடிக்கைகளில் அதிக ஆர்வம் காட்டி வந்தார். அவர் தற்போது பிரிட்டன், பிரான்சு ஆகிய நாடுகளுடன் நட்புறவு கொண்டு நேசக்கரம் நீட்டும் வகையில் நடந்து கொண்டார்.

ஆஹா இது ஆபத்தாயிற்றே என்று உஷார் அடைந்தது ஹிட்லரின் சாதுர்யமூளை. இத்தாலி நேச நாடுகளுடன் சேர்ந்து கொண்டால் தன் கதி என்னாவது? இதை முளையிலேயே கிள்ளி எறிய வேண்டும் என்று முடிவு கட்டினார் அவர்.

ஆனால் அவர் தயாராவதற்கு முன்னால் நேசநாடுகள் முந்திக் கொண்டன. அவற்றின் இடையே அமைதி ஏற்பட்டது. இத்தாலியின் புதுப்பிரதமருக்கும் பிரிட்டனுக்கும் இடையில் புதிய ஒப்பந்தங்கள் கையெழுத்தாயின.

இவைகள் நடைபெறும் காலகட்டத்தில் முசோலினி இருக்கின்ற இடத்தை யாராலும் அறிய முடியவில்லை. அவர் அடிக்கடி இடமாற்றம் செய்யப்பட்டார்.

முசோலினி போன்சா தீவுக்கு ரகசியமாக கொண்டு செல்லப் பட்டார். பின்னர் வேறொரு இடத்திற்கு மாற்றப்பட்டார். சில நாட்கள் அங்கிருந்த பிறகு சார்டீனியா கப்பல் தளத்திற்குள் அடைக்கப் பட்டார். பூனை தன் குட்டிகளை அடிக்கடி இடம் மாற்றுவதைப் போல இத்தாலிய ராணுவம் முசோலினியை இடம் மாற்றி சிறையில் வைத்தது. இதனால் அவரது ஆதரவாளர்களுக்கோ அல்லது புரட்சிப் படைக்கோ கூட அவரது இருப்பிடம் தெரியவில்லை.

21

தனிமைச் சிறையில் முசோலினி

அவர் தனிமைச் சிறையில் அடைக்கப்பட்டிருந்தார். அந்தப் பிரதேசம் முழுவதும் கண்காணிப்பு பலமாக இருந்தது. பாதுகாப்பு ஏற்பாடுகள் பிரமாதமாகக் காணப்பட்டன. முசோலினியை மீட்பதற்கு யாராவது வந்தால் வருபவர்களை விட்டு விடுங்கள் முசோலினியை சுட்டு விடுங்கள் என்று கட்டளை பிறந்தது.

கடைசியாக அவர் கிராம் சஸ்சோ என்ற மலைப்பிரதேச விடுதியில் அடைக்கப்பட்டிருந்தார். அந்த பிரதேசத்தில் வானப் பகுதியில் விமானங்கள், ஹெலிகாப்டர்கள் பறக்க அனுமதி மறுக்கப்பட்டது. யாருமே அவரைப் பார்ப்பதற்கு அனுமதிக்கப் படவில்லை. எல்லா இடத்திலும் ராணுவம் குவிந்திருந்தது.

அவர் இருந்த அறைக்குள் எப்போதும் பகல்போல வெளிச்சம் தரும் விளக்குகள் பொருத்தப்பட்டிருந்தன. கண்களை கூசச் செய்யும் வெளிச்சத்தில் முசோலினியால் இரவு நேரங்களில் கூட தூங்க முடியவில்லை. அவரது ஒவ்வொரு அசைவையும் காமிராக்கள் பதிவு செய்தன. காவலர்கள் பார்த்துக் கொண்டிருந்தனர்.

24 மணிநேரமும் சுழற்சி அடிப்படையில் வேலை பார்க்கும் வீரர்கள் அறையைச் சுற்றி காவல் காத்தனர். அவரது வழக்கறிஞர்களைக் கூட சந்திக்க அனுமதி இல்லை, மேலும் அவருக்கு எந்த விதத்திலும்

வெளிஉலகத்தின் தொடர்பு கிடைக்காமல் தடுக்கப்பட்டது. நிருபர்கள், வானொலி, பத்திரிகைகள், தொலைபேசி போன்ற எதுவும் அவரை நெருங்க முடியவில்லை.

அவர் படிப்பதற்கு தேவையான புத்தகங்கள் தரப்படவில்லை, ஒரு நாளைக்கு மூன்று புத்தகங்கள் அனுமதிக்கப்பட்டன. அதுவும் அதிக கெடுபிடிகளுக்குப் பின்னால்.

அப்போது முசோலினி தன்னுடைய நிலையை நினைத்து மனம் வருந்தினார்.

ஒரு முறை அவரது ஆட்சியின் போது மார்க்சிய அறிஞரான அந்தோணியா கிராம்சி என்பவரை அவர் சிறையில் அடைத்து இது போன்ற கட்டுக்காவலை ஏற்படுத்தி இருந்தார். அவருக்குப் புத்தகங்கள் படிக்க அனுமதி மறுக்கப்பட்டது. அவர் புத்தகங்களைப் படிக்கக்கூடாது என்றும், எதுவும் எழுதக்கூடாது என்றும் முசோலினி ஆணையிட்டிருந்தார். அதையும் மீறி அந்த அறிஞர் படித்தார், சிந்தித்தார் எழுதினார். அவை சிறைக்குறிப்புக்கள் என்ற பெயரில் பிற்காலத்தில் வெளியிடப்பட்டு பாசிசத்தின் முகத்திரையை கிழித்து உண்மையான முசோலினியை உலகுக்கு எடுத்துக் காட்டியது.

அது போன்ற ஒரு நிலைமைக்கு தான் இப்போது தள்ளப் பட்டிருப்பதை அறிந்து முசோலினி வருத்தம் கொண்டார். தன் வினை தன்னைச் சுடும் என்பதை அவர் அனுபவத்தில் அறிந்து கொண்டார். அவர் செய்த வினைகள் இத்துடன் முடியவில்லை, அவரது உயிர் பிரிந்த பின்னும் அவருடைய உடலை அவமானப் படுத்தும் அளவுக்குச் சென்றது. ஆனால் அவைகளை முசோலினி அறிந்திருக்க நியாயம் இல்லை.

ஹிட்லர் அனுப்பிய மீட்புக்குழு

தடுப்புக்காவலில் இருந்து தப்பிச் செல்ல நினைத்தாலோ அல்லது அவரை மீட்பதற்கு அவரது ஆதரவாளர்கள் வந்தாலோ முசோலினியைச் சுட்டுக் கொல்லுங்கள் என்ற ஆணையை இத்தாலிய அரசாங்கம் பிறப்பித்திருந்தது.

நாளுக்கு நாள் நிலமை மோசமாகிக் கொண்டே வருவதை முசோலினியைப் போலவே ஹிட்லரும் அறிந்தார். இருந்தாலும் எடுத்த காரியத்தை கைவிடும் பழக்கம் அவரிடம் தான் கிடையாதே ஆகவே அவர் துணிச்சலாக முடிவெடுத்தார்.

இத்தாலி மொழி நன்றாகப் பேசத்தெரிந்த சில பேரை தேர்ந்தெடுத்து அவர்களை மேஜர் ஒட்டோ ஸ்கோர்சனி தலைமையில் மீட்புக்குழுவாக பயிற்சி கொடுத்து முசோலினியை மீட்பதற்கு அனுப்பி வைத்தார்.

அவர்கள் மெல்ல மெல்ல யாருக்கும் எந்த சந்தேகமும் வராத வகையில் இத்தாலிக்குள் ஊடுருவினர். முசோலினி இருக்கும் இடத்தை துப்பறிந்தனர். இதற்காக ஏராளமான பணம் லஞ்சமாகக் கொடுக்கப்பட்டது. முசோலினிக்கு எதிர்ப்பாளர்கள் இருந்ததைப் போலவே அங்கங்கே ஆதரவாளர்களும் இருந்தனர். அவர்களது துணையோடு காரியங்கள் கச்சிதமாக நடந்தேறின.

ஹிட்லரை பொறுத்தவரையில் இத்தனை ரகசியமாக அவர் முசோலினியைத் தேட வேண்டிய அவசியமே இல்லை. அவர் ஒரு தடாலடி பேர்வழி என்பது உலகத்திற்கே தெரியும். தனது ராணுவப் படையை விமானப்படையோடு இணைத்து இத்தாலிமீது குண்டு மழை பொழிவித்து கலக்கி எடுத்துவிடுவது அவருக்கு எளிதானது, அதோடு அது தான் வழக்கமாக கடைப்பிடித்து வரும் யுத்த நெறி. ஆனால் என்ன காரணத்தினாலோ அவர் தனது செயல்களை ரகசியமாக வைத்துக் கொள்ள விரும்பினார்.

ஒரு வழியாக மீட்புக்குழு மிகுந்த சிரமத்திற்குப் பிறகு முசோலினி சிறைவைக்கப்பட்டுள்ள இடத்தைக் கண்டு பிடித்து விட்டது. அவர்கள் ஒரு திட்டத்தை தயாரித்து முசோலினியை மீட்பதற்கு தயாராக இருந்தனர். இந்த நிலையில் புதிதாக ஒரு பிரச்சனை எழுந்தது.

பிரிட்டனும், பிரான்சும் திடீரென்று முசோலினியை எங்களிடம் ஒப்படைத்து விடுங்கள் என்று இத்தாலிய அரசுக்கு கட்டளை யிட்டன.

அதிரடித்தாக்குதல்

நிலைமை மோசமாகி வருவதை அறிந்த ஜெர்மானிய மீட்புக்குழு துரிதமாக செயல்பட்டது.

ஒரு நாள் மதியம் இரண்டு மணி

கிராம் சஸ்சோ மலைப்பகுதி. திடீரென்று அந்தப் பகுதியில் கிளைடர் விமானங்கள் பறந்தன. முசோலினிக்கு காவல் இருந்த படையினர் அது யாருடைய விமானம் என்று அறிய முற்பட்டனர்.

கண் இமைக்கும் நேரத்தில் நான்கு பக்கங்களில் இருந்தும் ஒரே நேரத்தில் நான்கு கிளைடர் விமானங்கள் அந்த மலையின் மீது பறந்து வந்து இறங்கின.

காவல்படையினர் சுதாரித்துக் கொள்ளும் முன்னால் குண்டு மழை விமானத்தில் இருந்து பொழிய ஆரம்பித்து விட்டது.

ஒரு திசையில் குண்டு மழை பொழியும் போது மற்றொரு பக்கத்தில் விமானத்தில் இருந்து இறங்கிய அதிரடி ஜெர்மானிய வீரர்கள் மேஜர் ஒட்டோ தலைமையில் முசோலினியை மீட்கும் வேலையில் இறங்கினர்.

ஜெர்மானிய வீரர்களின் அசாத்திய மின்னல் வேகத்திற்கு இத்தாலிய வீரர்களினால் ஈடுகொடுக்க முடியவில்லை. என்ன நடக்கிறது என்பதை அவர்கள் புரிந்து கொண்டு செயல்படுவதற்கு முன்னால் கனகச்சிதமாக காரியங்கள் நடந்து விட்டன.

புயலைப்போல சிறையை உடைத்துக் கொண்டு உள்ளே நுழைந்த வீரர்கள் முசோலினியை மீட்டனர். வந்திருப்பவர் ஹிட்லரின் ஆட்கள் என்பதை முசோலினி புரிந்து கொண்டு ஒத்துழைத்தார்.

அவர்கள் தங்களை தடுக்கும் இத்தாலிய வீரர்களை தாட்சண்யம் பார்க்காமல் சுட்டனர், முசோலினி அதை மட்டும் தடுத்தார். அதிக உயிர்ப்பலி வேண்டாம் என்று ஜெர்மானிய வீரர்களை கேட்டுக் கொண்டார்.

பதினைந்து நிமிடங்களில் முசோலினி காப்பாற்றப்பட்டு ஜெர்மனிக்கு கொண்டு செல்லப்பட்டார். 1943ம் ஆண்டு செப்டம்பர் 12ம் நாள் இந்த மீட்பு சாசகம் ஹிட்லரால் நடத்தப்பட்டது. இதை அறிந்த நேசநாடுகள் ஜெர்மானிய வீரர்களின் சாமர்த்தியம் கண்டு பிரமித்துப் போய்விட்டன.

இப்படி ஆயிட்டீங்களே?

என் நண்பர் என்னைக் காப்பாற்றி விட்டார் என்பதை பெருமை பொங்க எல்லோரிடமும் சொல்லிப் பூரித்துப் போன முசோலினி ஜெர்மனியில் ரஸ்டம்பர்க்கில் தங்கியிருந்து, ஹிட்லரை சந்தித்தார்.

இவர்கள் இருவரும் செப்டம்பர் 15ம் தேதி சந்தித்தனர். தன்னைக் காப்பாற்றியதற்காக மனப்பூர்வமான நன்றிகளை முசோலினி ஹிட்லருக்குத் தெரிவித்தார்.

ஆஹா ஜெர்மானிய வீரர்களுக்கு ஈடு இணை யாருமே இருக்க முடியாது. எத்தனை வேகம் எத்தனை செயல்திறமை. மின்னல் போல செயல்பட்டு எத்தனை லாவகத்தோடு என்னை சிறை மீட்டார்கள். உங்களுக்கு எத்தனை முறை நன்றி தெரிவித்தாலும் அது போதாது என்று மனமுருகி பலமுறை சொன்னார்.

அவைகளை புன்சிரிப்போடு கேட்ட ஹிட்லர் தனது பழைய நண்பரை ஏற இறங்க பார்வையால் அளந்தார்.

பத்து வருடங்களுக்கு முன்னால் சந்தித்த கம்பீரமான முசோலினி இப்போது இல்லை. அவர் உடல் தளர்ந்து போயிருந்தது, கண்களில் கம்பீரமும் குறைந்து விட்டது. மனதிலும், உடலிலும் தளர்வு வெளிப்படையாகத் தெரிந்தது. பதவி பறிபோனதும், தனக்கு எதிராக தீர்மானங்கள் நிறைவேற்றப்பட்டு சிறை வைக்கப் பட்டதும் அவரை தலைகீழாகப் புரட்டிப் போட்டிருந்தன. அவரிடம் பழைய துணிச்சலும், கம்பீரமும் மிஸ்ஸிங் என்பதை ஹிட்லர் குறித்துக் கொண்டார்.

ஏன் இத்தனை பலவீனமாகி விட்டீர்கள்?

எனது நண்பர்களும், உறவினர்களுமே என்மீது நம்பிக்கை இல்லாத் தீர்மானம் கொண்டு வருவார்கள் என்று நான் நினைக்கவே இல்லை. அதை என்னால் தாங்கவே முடியவில்லை.

சாதனையாளர்கள் வாழ்க்கையில் இவை சாதாரணமானவை. எந்த தோல்விக்கும் எத்தகைய சங்கடங்களுக்கும் நாம் எப்போதும் தயாராக இருக்க வேண்டும். அவைகள் நமது மனத்தை சிதைத்து விட அனுமதிக்கக்கூடாது.

அதென்னவோ தெரியவில்லை. எனது மகளின் கணவரே எனக்கு எதிராகத் திரும்புவார் என்பதை என்னால் ஜீரணிக்கவே முடியவில்லை என்றார் முசோலினி. இதை சொல்லும் போது அவருடைய குரல் துக்கத்தினால் தழுதழுத்ததை ஹிட்லர் தெரிந்து கொண்டார்.

உங்களை வைத்து நான் சில எதிர்கால திட்டங்களை தீட்டியிருக்கிறேன். ஆனால் நீங்களோ மனம் உடைந்து பேசுகிறீர்களே?

இனிமேல் நான் அரசியல் வாழ்க்கைக்கு அருகதையற்றவன் என்று தோன்றுகிறது. எங்காவது சென்று நிம்மதியாக வாழவே விரும்புகிறேன்.

இதைக்கேட்டு ஹிட்லர் அதிர்ச்சி அடைந்தார்.

நீங்கள் இத்தனை பலவீனமானவராக இருப்பீர்கள் என்று நினைக்கவில்லை. அரசியல் வாழ்க்கையில் இது போன்ற சோதனைக் காலம் ஓடும் மேகங்களைப் போன்றவை. அன்று உங்களை சிறையில் அடைத்தார்கள். ஆனால் இன்று நீங்கள் விடுதலை பெற்று சுதந்திரமாக இருக்கிறீர்கள். இந்தச் சக்கரச்சுழற்சி தான் வாழ்க்கை.

உண்மைதான், பெருமுயற்சி செய்து நீங்கள் என்னை சிறையில் இருந்து மீட்டுக் கொண்டு வந்தீர்கள். இதற்கு நான் என்ன கைம்மாறு செய்யப்போகிறேன்.

அவ்வாறு நீங்கள் நினைத்தால் மீண்டும் பதவிக்கு வாருங்கள். உங்களை பதவி நீக்கம் செய்தவர்களை பழிக்குப் பழி வாங்குங்கள், என்னோடு சேர்ந்து சாதனைகள் செய்யுங்கள் என்று அடுக்கினார் ஹிட்லர்.

22

மீண்டும் சான்சலர்

அவரது பேச்சைக் கேட்டதும் முசோலினிக்கு இழந்த நம்பிக்கை மீண்டும் துளிர்விட்டது. சரி உங்கள் விருப்பப்படியே நடந்து கொள்கிறேன் ஆனால்...

நீங்கள் என்ன சொல்ல வருகிறீர்கள் என்பது புரிகிறது. இத்தாலியின் சான்சலர் பதவி மீண்டும் கிடைக்குமா என்பது தானே உங்கள் சந்தேகம்.

ஆமாம் அது கிடைத்து விட்டால் பிறகென்ன? உங்களுக்கு என் ஆயுள் முடியும் வரையில் நன்றி செலுத்துவேன்.

இதைத்தான் உங்களிடம் நான் எதிர்பார்த்தது, இத்தாலியின் சான்சலர் பதவியை உங்களுக்கு கொடுக்க வேண்டியது என்னுடைய வேலை என்றார் ஹிட்லர்.

நன்றி நண்பரே.

புதிய சான்சலருக்கு வாழ்த்துக்கள் என்ற ஹிட்லர் அவரிடமிருந்து விடை பெற்றார். ஒரு கிலோ பனிக்கட்டியை நெஞ்சின் மீது வைத்ததைப் போல குளிர்ந்து போனார் முசோலினி.

சில வாரங்களுக்குப் பிறகு ஹிட்லருடைய ஜெர்மானிய ராணுவத்தின் பாதுகாப்புடன் சலோ என்ற பகுதிக்கு வந்து,

இத்தாலியன் சோஷியல் ரிபப்ளிக் என்ற புதிய அமைப்பைத் தொடங்கினார் முசோலினி. அதன் மூலமாக மறுபடியும் ஆட்சியைக் கைப்பற்றும் வேலைகளைப் பார்த்தார். தனது ஆதரவாளர்களை ஒன்று திரட்டினார். ஆனால் அவருக்கு எந்தவொரு வேலையை செய்வதற்கும் ஹிட்லரின் உதவி தேவைப்பட்டது.

ஏற்கெனவே நேச நாடுகள் இத்தாலியின் தென்பகுதிகளைப் பிடித்திருந்தன. ஆகவே அவர் இத்தாலியின் வடபகுதியில் இப்போது ஜெர்மனியின் ஆளுகைக்கு உட்பட்ட பகுதியில்தான் ஆட்சி செய்தார்.

ஹிட்லரின் விருப்பப்படியே முசோலினி செயல்பட்டார். அவர் சொல்லும் இடங்களில் கையெழுத்திட்டார், அவர் சொல்லும் வேலைகளை செய்தார். மொத்தத்தில் அவர் ஒரு அரண்மனைக் கைதி போலவே நடத்தப்பட்டார். இது முசோலினிக்கு பெருத்த அவமானத்தையும் துக்கத்தையும் ஏற்படுத்தியது.

அவர் ஒரு காலத்தில் ஹிட்லரின் மானசீகமான குருவாக இருந்தார். இப்போது அவருடைய அடிமைபோல நடத்தப்பட்டார்.

எப்படி இருந்த நான் இப்படி ஆயிட்டேன் என்ற ரீதியில் மனம் நொந்து போனார். தனது மன உளைச்சலைத் தீர்த்துக் கொள்ள, எனது வளர்ச்சியும் வீழ்ச்சியும், என்ற பெயரில் சுயசரிதை நூல் ஒன்றை எழுத ஆரம்பித்தார்.

இது நாள் வரையில் அவர் இத்தாலியில் இருந்த யூதர்களை கண்டு கொள்ள வில்லை. ஆனால் இப்போது ஹிட்லரால் பதவிக்கு வந்ததும் அவருக்குப் பிடித்தமான யூத சித்ரவதையை நடத்த ஆரம்பித்தார். அவராக எடுத்துக் கொண்டாரா? இல்லை அப்படி செய்ய ஹிட்லரால் நிர்ப்பந்தம் செய்யப்பட்டாரா? என்பது தெரிய வில்லை.

இத்தாலியில் இருந்த யூதர்களை ஆடுமாடுகளைப் போல லாரி லாரியாக ஏற்றி ஜெர்மனிக்கு அனுப்பி வைத்தார். அவர்கள் அங்கே தோலுரிக்கப்பட்டும், விஷவாயு செலுத்தப்பட்டும், இன்னும் எத்தனை வகையான சித்ரவதைகள் உண்டோ அவைகளை அனுபவித்தும் செத்துப் போனார்கள்.

வேணு சீனிவாசன்

யூதர்கள் மனிதர்களே அல்ல, அவர்கள் நம்மால் கொலை செய்யப்படவே பிறந்தவர்கள் என்று ஹிட்லர் தனது அதிகாரிகளை மூளைச் சலவை செய்திருந்தார். ஆட்டுத் தோலைக் கொண்டு கைப்பைகள் செய்வதைப் போல மனிதத்தோலை கொண்டு அவர்கள் எந்தப் பொருளையும் தயாரித்ததாக குறிப்புக்கள் இல்லை. ஒருவேளை ரகசியமாக அவைகளும் கூட தயாரிக்கப்பட்டு இருக்கலாம். யூதமக்களின் பற்கள், எலும்புகள், ஆகியவை நிலங்களுக்கு உரமாக வீசப்பட்டன. சிமெண்ட் கலவையோடு அவர்களது சாம்பல் கலந்து பாதைகளாக மாறின.

அவர்கள் உயிரோடு புதைக்கப்படுவதையும் கொல்லப் படுவதையும் அறிந்து வருத்தப்பட முடிந்ததே தவிர தடுக்க முடியாத நிலையில் இருந்தார் முசோலினி. இப்படியாக அவர் நன்றிக்கடனை செலுத்தினார். ஆனால் இதனால் மக்களின் எதிர்ப்பு அலை நாளுக்கு நாள் அதிகமாகியது.

அவருக்கும் நிம்மதி பறிபோய்விட்டது.

இசைக்கு மயங்கிய மிருகம்

ஒரு காலத்தில் அவர் நிம்மதி இழந்து தவித்த போது இந்திய இசைக் கலைஞர் ஒருவரால் கொஞ்ச நேரம் தன்னை மறந்து உறங்கியதை நினைத்துப் பார்த்தார். எங்கே நிம்மதி? என்று தவித்த அவரது கொதிக்கும் நெஞ்சத்திற்கு அந்த நினைவுகளே ஆறுதலாக இருந்தன.

அப்படிப்பட்ட நிகழ்ச்சியை நாமும் தெரிந்து கொள்வோம்.

இசையைக் கேட்டு நாகம் மயங்கும், சிங்கம் மயங்கியதாக யாராவது சொன்னால் நம்பமுடியுமா?

ஆனால் அப்படிப்பட்ட விஷயங்களும் உலகத்தில் நடந்து கொண்டு தான் இருக்கிறது.

சர்வாதிகாரியாக இருந்து உலகையே ஆட்டிப்படைத்த சிங்கம் போன்ற முசோலினி இந்திய இசைக்கும் இசைக் கலைஞருக்கும் மயங்கி இருக்கிறார் என்பதை சரித்திரம் காட்டும் போது நம்மால் ஆச்சரியப்படாமல் இருக்க முடியாது.

1933ம் ஆண்டு ப்ளோரென்ஸ் நகரத்தில் நடந்த இசை மாநாட்டில் கலந்து கொள்ள பாரத இசை விற்பன்னர் ஓம்கார் நாத் தாகூர் என்பவர் சென்றார். அங்கே அவர் இத்தாலியின் சர்வாதிகாரி

முசோலினியை சந்தித்தார். இதில் ஆச்சரியம் என்னவென்றால் அவரை அழைத்து வருவதற்கு முசோலினியே தனது காரை அனுப்பி வைத்தது தான்.

முசோலினி இசைமீது பிரியம் உள்ளவராக இருந்தார். உலகின் பல மொழிகளில் உள்ள இசையை அவர் நேரம் கிடைக்கின்ற போது கேட்டு மகிழ்ச்சி அடைந்தார். நிம்மதி இல்லாமல் தவிக்கின்ற மனதிற்கு ஆறுதல் அளிக்கும் வலிமை இசைக்கு உண்டு என்பது அவரது நம்பிக்கை. இந்த அடிப்படையில் தான் அவர் ஓம்கார் நாத்தை சந்திக்க விரும்பினார்.

இருவரும் சந்தித்தனர், சிறிது நேர உரையாடலுக்குப் பிறகு ஓம்கார்நாத் ஹிந்தோளம் ராகத்தை மிகவும் கம்பீரமாக பாடிக் காட்டினார். அவரது குரலில் இருந்து பெருக்கெடுத்த வீரமும், புத்துணர்ச்சியும் முசோலினியை வேறு உலகத்திற்கு கூட்டிச் சென்றன. ஏற்கெனவே நல்ல இசை ரசிகராக இருந்த அவர் இப்போது இசையில் தன்னை முழுவதுமாக இழந்து விட்டார் என்றே சொல்ல வேண்டும். வீர ரஸத்தை மிக அற்புதமாக பாடிக் கொண்டிருந்த ஓம்கார்நாத்தைப் பார்த்து போதும் நிறுத்துங்கள் நிறுத்துங்கள் இதற்கு மேல் என் ரத்த நாளங்கள் வெடித்து விடும் என்று கூவினார்.

முசோலினியின் கண்கள் வீரத்தினாலும், போர் எழுச்சி மிகுந்த எண்ணங்களினாலும் சிவந்து போயிருந்தன. அவரது உடலிலும் முகத்திலும் வியர்வை பெருகியது. மிகவும் கம்பீரமாகக் காணப்பட்ட அவர், ஆஹா அற்புதமான இசை, இது போன்ற இசை வடிவத்தை எனது வாழ்நாளில் நான் அனுபவித்ததே இல்லை என்று பாரத இசையையும், அதைப் பாடிக்காட்டிய ஓம்கார்நாத்தையும் மனம் திறந்து பாராட்டினார்.

இப்படியும் ஒரு ரஸானுபவம் இருக்க முடியுமா? என்று வியந்து போன முசோலினிக்கு இன்னொரு சாம்பிள் தருகிறேன் பாருங்கள் என்று சொல்லி விட்டு ஓம்கார்நாத், சாயாநாட் என்ற சோகரசம் ததும்பும் ராகத்தைப் பாடிக் காட்டினார். முசோலினியின் கண்களில் இருந்து கண்ணீர்த் துளிகள் எட்டிப்பார்த்தன.

வேணு சீனிவாசன்

பலநாட்களாக எனக்கு மன உளைச்சல் அதிகம் தூக்கமே யில்லை என்றார் முசோலினி.

அப்படியா இப்போது உங்கள் மனம் அமைதி பெறும், தூக்கம் உங்கள் கண்களைத் தழுவிக் கொள்ளும் என்று சொல்லிவிட்டு, ஓம்கார்நாத், பூரியா என்ற ராகத்தை இசைத்தார். முசோலினி உண்மை யிலேயே அரை மணி நேரம் ஆழ்ந்த உறக்கத்தில் தன்னை மறந்தார்.

பாரத இசையின் பெருமையே பெருமை என்று பலபடப் பாராட்டிய முசோலினி, தன் கையினாலேயே ஓம்கார்நாத் அவர்களுக்கு சைவ உணவை சமைத்துக் கொடுத்து உபசரித்தார். உலகை நடுங்க வைத்த ஒரு கொடுங்கோலன், முரட்டுத் தனம் கொண்ட சர்வாதிகாரி முசோலினி இசைக்கு அடிமையாகிப் போனதோடு, இசைக் கலைஞரை மதிப்போடு நடத்தி மரியாதைகள் செய்த விதம் அன்று மட்டும் அல்ல இன்றும் கூட உலகையே பிரமிக்க வைக்கிறது. இது இசைக் கலைஞருக்குக் கிடைத்த பாராட்டு மட்டும் அல்ல, பாரதத்தின் கம்பீரமான இசைக்குக் கிடைத்த பெருமை அல்லவா?

அவருக்கு இந்திய இசைமீது அளவற்ற மதிப்பு இருந்ததைப் போலவே சுதந்திரப் போராட்ட வீரர் நேதாஜி மீதும் மரியாதையும், பெருமிதமும் இருந்திருக்கிறது.

ஒரு பேட்டியின் போது நேதாஜி சுபாஷ் சந்திர போசைக் குறித்து உங்கள் கருத்து என்ன? என்று நிருபர் கேட்டார். அதற்கு முசோலினி...

இந்தியாவில் மாவீரன் நேதாஜி காலம் தவறிப் பிறந்து விட்டார். அவ்ரது கொள்கைகள் கருத்துக்கள் ஆகியவை மிகவும் நூதனமானவை. அவர் மட்டும் சரியான காலத்தில் தோன்றி இருந்தால் உலக சரித்திரத்தில் அலெக்சாண்டருக்கும், நெப்போலியனுக்கும் இடம் கிடைத்திருக்காது என்று கூறினார்.

இதன் மூலமாக அவர் நேதாஜியின் போராட்டக் கருத்துக்கள் மற்றும் செயல்முறைகளின் மீது வைத்திருந்த மதிப்பையும், உயர்வையும் அறிய முடிகிறது.

இப்போது நாம் முசோலினியிடம் வருவோம்.

ஆஹா அந்த நாட்கள் எவ்வளவு இனிமையானவை அவை திரும்ப வருமா?

இதையெல்லாம் நினைத்துப் பார்த்து முசோலினி பெருமூச்சு விட்டுக் கொண்டார்.

ஹிட்லரின் கொலைவெறி

முசோலினி இத்தாலிய யூதர்களை ஜெர்மனிக்கு அனுப்பிய செயலுக்கு நன்றி செலுத்தும் விதமாக தானும் ஒரு பரிசு கொடுக்க விரும்பினார் ஹிட்லர். அதற்காக அவர் என்ன செய்தார் தெரியுமா?

முசோலினிக்கு எதிராக செயல்பட்டவர்கள், பேசியவர்கள், நம்பிக்கை இல்லாத் தீர்மானம் கொண்டு வந்தவர்கள், ஆகியவர்களின் பட்டியல் ஒன்றை தயாரித்து அவர்களைத் தேடித்தேடி மேல்உலகம் அனுப்பும் பணியை தனது ராணுவத்திடம் கொடுத்தார்.

அவர்கள் அந்தப் பணியை கனகச்சிதமாக நடத்த ஆரம்பித்தனர். இந்த வலையில் மற்ற மீன்களோடு, முசோலினியின் மருமகனும் ஐடாவின் கணவருமான சியோனோவும் மாட்டிக் கொண்டார். அவர்தானே அன்று முசோலினி பதவி விலக உரக்கக் குரல் கொடுத்தவர்.

இதை முசோலினி சற்றும் எதிர்பார்க்கவேயில்லை.

தனது மருமகனை சிறை செய்ததோடு விட்டுவிடுவார் என்று நினைத்த முசோலினிக்கு மற்றவர்களைப் போலவே அவருக்கும் மரண தண்டனை என்றபோது அதிர்ச்சியாக இருந்தது. ஆமாம் ஹிட்லரின் நீதிமன்றத்தில் எதிரிகள், உறவினர்கள் என்ற பேதம் கிடையாது. அங்கே எல்லோரும் சமமே.

அதுமட்டும் அல்ல, தன்னை எதிர்த்தவர்களுக்கு மரண தண்டனை மட்டுமே அளித்து பழக்கப்பட்டவர் ஹிட்லர். ஆகவே தனது எதிரிகளுக்கு கொடுக்கின்ற அதே குறைந்த பட்ச தண்டனையை அவர் தனது நண்பரை எதிர்த்தவர்களுக்கும் கொடுத்தார்.

யாருக்கும் எந்தவிதமான பந்தமோ ஒட்டுறவோ இருக்கக் கூடாது என்பதில் ஹிட்லர் மிகத் தீவிரமாக செயல்பட்டார். ஒரு நாள் தனது அதிகாரிகள் அத்தனை பேரையும் விருந்துக்கு அழைத்தார். விருந்துக்கு தங்கள் மனைவியை காதலியை அழைத்து வந்தாலும் வராவிட்டாலும் பரவாயில்லை. ஆனால் தாங்கள் செல்லமாக வளர்க்கும் நாய்களை நிச்சயமாக அழைத்து வரவேண்டும் என்று உத்தரவிட்டார் ஹிட்லர்.

நாய்களுக்கும் விருந்து கொடுக்கப் போகிறார் என்ற மகழ்ச்சியோடு அத்தனை அதிகாரிகளும் தங்கள் செல்லப் பிராணிகளோடு வந்திருந்தனர். விருந்து முடிந்ததும்,

துப்பாக்கிகளை எடுத்துக் கொள்ளுங்கள் உங்கள் செல்லக் குட்டிகளை சுட்டுத் தள்ளுங்கள் என்று ஆணையிட்டார்.

தன்னைச் சேர்ந்தவர்களுக்கு பலவீனம் என்பதோ பாசம் என்பதோ எந்த விதத்திலும் துளிக்கூட வரக்கூடாது என்பதில் மிகவும் கண்டிப்போடு நடந்து கொண்டதையே இந்த வெறிச்செயல் காட்டுகிறது.

இந்த நாஜித் தத்துவத்தை யாராலும் புரிந்து கொள்ள முடியாது. அப்படியே புரிந்து கொண்டாலும் நடைமுறைப்படுத்துவது மிகக்கடினம். அவருக்கு கீழே வேலை செய்த அத்தனை அதிகாரிகளும் ஒருவர் பின் ஒருவராக மன உளைச்சலுக்கு ஆளாகி பைத்தியம் பிடித்த நிலையில் இருந்தார்கள் என்பது சொல்லாமலே விளங்கும்.

ஒவ்வொரு ஆயிரம் யூதர்களைக் கொன்றதையும் அவர்கள் பெரிய விழவாகக் கொண்டாடி இருக்கிறார்கள் என்றும், யூதர்களை நிற்க வைத்து அவர்களது நெற்றியை துப்பாக்கியின் இலக்காக வைத்து துப்பாக்கி சுடும் போட்டி நடத்தப்பட்டது என்பதை அறியும் போது நமது ரத்தம் கொதிக்கிறது. இப்படியெல்லாம் ஒரு கொடூரன் இருப்பானா? என்று அச்சப்பட வைக்கிறது.

இப்படிப்பட்ட குணாதிசயங்கள் கொண்ட ஹிட்லரிடம் தனது மருமகனை விட்டு விடச் சொல்லி முசோலினி கெஞ்சினால் நடக்குமா?

தன்னை எதிர்த்தவர்களுக்கு மரணதண்டனை என்பது கொஞ்சம் அதிகம் என்று நினைத்தார் முசோலினி. அவரைப் பொறுத்தவரையில் தனது மகளின் கணவனை மன்னிக்கவும் தயாராக இருந்தார். ஆனால் நிலமை இப்படிக் கைமீறும் என்பதை அவர் கனவிலும் நினைக்கவில்லை.

ஹிட்லரிடம் தனது மருமகனை மன்னித்து விடுதலை செய்யுமாறு கேட்டுக் கொண்டார்.

யாரையும் மன்னிக்கவும் கூடாது, மரண தண்டனையில் இருந்து விலக்கவும் கூடாது. அப்படிச் செய்தால் மக்களுக்கு சர்வாதிகாரியிடம் உள்ள அச்சம் போய்விடும் என்று ஹிட்லர் எச்சரித்தார்.

தற்போது மரண தண்டனை விதிக்கப்பட்டுள்ளவர்கள் ஒரு காலத்தில் எனது நண்பர்கள், சியோனோ எனது மகளின் கணவர் ஆகவே என்று இழுத்தார் முசோலினி...

ஆகவே அவர்களிடம் கருணை காட்டச் சொல்கிறீர்கள் இல்லையா?

ஆமாம்.

நீங்கள் இத்தனை இளகிய மனம் படைத்தவராக இருப்பது கூடாது. இப்படியிருந்தால் ஆட்சி செய்ய முடியாது, என்றார் ஹிட்லர். அதோடு பேச்சுவார்த்தையை முடித்துக் கொண்டு விட்டார்.

தனது மருமகனை பலிகொடுப்பதற்கு முசோலினிக்கு மனம் வரவில்லை. ஆகவே தனது மனைவி, மகளை அழைத்து ஹிட்லரிடம் பேசவைத்தார்.

அவர்கள் வந்து கெஞ்சிப் பார்த்தனர், அழுது கண்ணீர் விட்டனர். ஹிட்லரின் மனது எதற்கும் இளகவில்லை.

தவறு செய்தவர்களை தண்டிப்பது சட்டத்தின் கடமை. அதில் நான் தலையிட முடியாது என்று கறாராகச்சொல்லிவிட்டார்.

இந்த பதில் முசோலினியை அதிர வைத்து நிலைகுலையச் செய்தது.

அன்று செய்த பாவம் இன்று தாக்குவதை உணர்ந்தார்.

தன் வினைத் தன்னைச் சுடும் ஓட்டப்பம் வீட்டைச் சுடும் என்று தமிழ்பாடிய பட்டினத்தாரின் புகழ்பெற்ற கர்மவிதியின் பொன்மொழிகளை அவர் அறியமாட்டார். அதனால் என்ன? யாராக இருந்தாலும் நல்லதோ அல்லது கெட்டதோ நாம் செய்த வினைகள் சுவற்றில் அடித்த பந்து போல நம்மிடமே அதே வேகத்தில் திரும்பி வருகிறது என்பதை அவர் அனுபவத்தில் உணர்ந்தார்.

அரசனாக இருந்தாலும் ஆண்டியாக இருந்தாலும் கர்ம வினைகளைப் பொறுத்தவரையில் ஒன்று தான், அவைகள் பேதம் பார்ப்பதில்லை.

தன்னால் அவைகளை தடுக்க முடியாத இயலாமையை நொந்து கொண்டார், ஏற்றுக் கொள்ள முடியாமல் தவிக்கும் பாசத்தின் காரணமாக கருகிப் போனார். நடப்பது நடந்தே தீரும்.

மற்ற எதிர்ப்பாளர்களுடன் முசோலினியின் மருமகனும் நிற்கவைக்கப்பட்டு துப்பாக்கியால் சுட்டுக்கொல்லப்பட்டார்.

நடைப்பிணமாக வாழ்க்கை

இந்த நிகழ்ச்சி முசோலினியை பெரிதும் பாதித்தது. தன் கட்டுப்பாட்டில் இருக்கின்ற நகரத்தில் தனது சொந்த மருமகனுக்கு மரணதண்டனை விதிக்கப்பட்டதை தன்னால் தடுக்க முடிய

வில்லையே! இது என்ன கேவலமான வாழ்க்கை என்று நொந்து போனார். பொன்னான வாழ்க்கை மண்ணாகி விட்டதாகவே தோன்றியது.

எந்த முகத்தை வைத்துக் கொண்டு மகளையும், மனைவியையும் பார்ப்பது என்று எண்ணி எண்ணி அழுதார்.

இவர் நிலை இப்படியிருக்க மக்களுக்கும் முசோலினியின் மீது வெறுப்பும் அதிருப்தியும் வளர்ந்தது. தனது மருமகனின் தண்டனையைக்கூட தடுத்து நிறுத்த முடியாத இவர் நாட்டுக்கு என்ன நன்மை செய்யப் போகிறார்? என்று மக்கள் குரல் கொடுத்தனர்.

அவர் இதுவரையில் செய்த கொலைகள், அடக்கு முறைகள், பத்திரிகைகளுக்கு போட்ட வாய்ப்பூட்டுகள் ஆகியவை அவர் மீது அளவுக்கு அதிகமான விரோதத்தை வளரச் செய்திருந்தது.

இத்தாலியின் ஒரு பக்கம் நேச நாடுகளின் ஆட்சி நடக்கிறது, இன்னொரு பக்கம் நாஜிக்களின் ஆட்சி நடக்கிறது. இதில் முசோலினி என்னவாக இருக்கிறார் என்று புரட்சி இயக்கம் ஒன்று கேள்வி கேட்டது.

முசோலினிக்கு எதிராக அந்த இயக்கம் புதிதாக முளைத்திருந்தது. இது போன்ற புரட்சி குழுக்கள் முசோலினிக்கு எதிராகத் தோன்றி அவரைக் கொல்ல திட்டங்கள் தீட்டியிருந்தன.

அவர் இதுநாள் வரையில் செய்த குற்றங்களுக்கு தண்டனை தரவேண்டும் என்று இளைஞர்கள் மத்தியில் ஒரு ஆத்திரமும் ஆவேசமும் உருவாகி வேர்விட்டிருந்தது. இதை முசோலினி அறிவார். இருந்தாலும் அவருக்கு நாசிப்படைகள் போதுமான பாதுகாப்பு அளித்து வந்தன. ஆகவே அதிகம் கவலைப்படாமல் இருந்தார்.

இருந்தாலும் இந்த நிலை அதிக நாட்களுக்குத் தாக்குப் பிடிக்காது. மக்கள் வெள்ளத்தை சிறிய பாதுகாப்பு வளையம் தடுக்காது என்பதையும் அவர் அறிந்து தான் இருந்தார். நிலைமை கைமீறிப் போவதை அவரால் தடுக்க முடியவில்லை.

ஆனால் தன்னை சந்திக்க வரும் நிருபர்களிடம் அவர் எல்லாம் நன்றாகத் தான் போய்க் கொண்டிருக்கிறது, நிலைமை எனது கட்டுப்பாட்டுக்குள் தான் இருக்கிறது என்று பேட்டியளித்துக் கொண்டிருந்தார்.

இந்த நிலையில் ரஷ்யாவும் அமெரிக்காவும் போட்டி போட்டுக் கொண்டு இத்தாலி நோக்கி தங்கள் ராணுவத்தை நகர்த்துவதை அறிந்து அவர் வருத்தம் அடைந்தார்.

அவரது ஆதரவாளர்கள் நீங்கள் இந்த மிலான் நகரத்தில் இருப்பது அத்தனை பாதுகாப்பு அல்ல, ஏன் என்றால் ரஷ்யப்படைகள் மூர்க்கமாக முன்னேறி வருகின்றன என்று சொல்ல ஆரம்பித்தனர்.

இனியொரு முறை பிடிபட்டால் ஹிட்லர் உதவி செய்வாரா? என்பது சந்தேகமே. அதோடு ஒவ்வொரு முறையும் அவரை எதிர்பார்த்துக் கொண்டு அவலமாக நிற்பது அழகல்ல.

இதையெல்லாம் எண்ணிப் பார்த்து எங்காவது தப்பிச் செல்வதே நல்லது என்ற முடிவுக்கு வந்தார் முசோலினி. தனது குடும்பத்தினருடன் சுவிட்சர்லாந்து செல்வது என்று திட்டமிட்டு அதற்கான ஏற்பாடுகளைச் செய்தார்.

23

முசோலினிக்கு ஏற்பட்ட கோர முடிவு

இருபது வருட ஆட்சி, ஆடம்பர வாழ்க்கை, அரியணை சுகம், அந்தப்புர இன்பங்கள், சுகபோகங்கள், சேர்த்துவைத்த ஏராளமான சொத்துக்கள், நகைகள் எதையும் எடுத்துக் கொள்ள முடியாது. உயிர் தப்பினால் போதும் என்ற அச்சத்தில் முசோலினியும் அவரது குடும்பத்தினரும் செயல்பட்டனர்.

பிடிபட்டார் முசோலினி

இரண்டு லாரிகளில் அவர்கள் தேவையான பொருட்களையும், தங்கத்தையும் எடுத்துக் கொண்டு கிளம்பினர். அவருடன் உதவியாளர்கள், நண்பர்கள் ஆகியோரும் வந்தனர்.

முசோலினி தப்பிச் செல்லும் போது எதிர்காலத்திற்கு பயன் படும் என்று மூன்று பெரிய பெட்டிகளில் 65 கிலோ எடையுள்ள தங்கத்தை எடுத்துச் சென்றதாக குறிப்புக்கள் கிடைக்கின்றன. மேலும் முக்கியமான ஆவணங்கள், ஆகியவற்றையும் அவர் எடுத்துச் சென்றார். அவருடன் மனைவி க்ளாரா பெட்டாசியும் புறப்பட்டார்.

அவர்கள் 1945ம் ஆண்டு ஏப்ரல் 27ம் தேதி ரகசியமாக மிலான் நகரத்தில் இருந்து புறப்பட்டனர். அவசரமாகக் கிளம்பியதில் அவர்கள் மிகப் பெரிய தவறு ஒன்றை செய்தனர். அந்தத் தவறுதான் அவரை புரட்சிக்காரர்களுக்கு எளிதாக காட்டிக் கொடுத்து விட்டது.

எல்லாவற்றையும் நன்கு யோசித்து செய்த முசோலினியின் உதவியாளர்கள் வாகனங்களை தேர்ந்தெடுக்கும் போது தனியார் வாகனத்தை தேர்ந்தெடுக்காமல் அரசு வாகனத்திலேயே அவரை அழைத்துச் சென்றனர்.

புரட்சிப்படையினர் நகரின் பலபகுதிகளில் கலகத்தில் ஈடுபட்டு அரசு வாகனங்களை மறித்தும், அடித்து நொறுக்கியும், தீவைத்துக் கொளுத்தியும் தங்கள் எதிர்ப்பை காட்டிவந்த நேரம் அது.

இந்த நெருக்கடிக் காலத்தில் முசோலினி அரசு வாகனத்தில் தப்பிச் சென்றது அவரை எளிதில் புரட்சியாளர்களிடம் மாட்டவைத்தது.

எதிர்பாராத நேரத்தில் பயணத்தின் நடுவே வந்த புரட்சிப் படையினர் சாலையின் குறுக்கே நின்று அரசுவாகனத்தை வழி மறித்தனர். கடுமையாக தாக்கினர். சிலர் கற்களை வீசினர். ஒருவன் கதவை உடைத்து உள்ளே நுழைந்தான்.

உள்ளே இருப்பவர்களை வெளியே இழுத்துவா என்று கட்டளையிட்டான் ஒருவன்.

அப்படி இழுத்து வந்தபோது முசோலினியின் குடும்பம் இருந்ததைக் கண்டு அவர்கள் ஆச்சரியம் அடைந்தனர். காரணம் அவர்கள் முசோலினி தப்பிச் செல்வதை அறியாதவர்கள். அது அரசு வாகனம் என்ற காரணத்தினால் தான் வழிமறித்தனர். எதிர்பாராத விதமாக முசோலினி சிக்கிவிட்டார்.

முசோலினி மற்றும் க்ளாராவை வண்டியில் இருந்து இறக்கி பாதையின் நடுவே நிற்க வைத்தனர்.

ஒருவன் முசோலினியின் கன்னத்தில் அடித்தான்.

அவரை அடிக்காதீர்கள் என்று கத்தினாள் க்ளாரா.

அவளுக்கும் ஒரு உதை விழுந்தது.

இவனை நேசநாட்டுப்படையிடம் ஒப்படைத்து விடுவோம் என்றான் ஒருவன்.

கூடவே கூடாது இவனையும் இவன் குடும்பத்தையும் நாமே கொல்லவேண்டும். அது தான் இவனுக்கு சரியான தண்டனை என்றான் ஒருவன்.

நேரம் ஆக ஆகக் கூட்டம் அதிகமாகியது. புரட்சி இயக்கத்தினர் மட்டும் இல்லாமல் பொதுமக்களும் கூட முசோலினியைக் கொல்வதிலேயே ஆர்வமாக இருந்தனர்.

அவரை விட்டுவிடுங்கள், அவர் எங்காவது தப்பிச் செல்லட்டும் என்னை சுட்டுக் கொல்லுங்கள் உங்கள் ஆத்திரத்தை தீர்த்துக் கொள்ளுங்கள் என்று க்ளாரா கதறினாள்.

சர்வாதிகாரியாக இருந்து ஆயிரக்கணக்கான மக்களை ஈவுஇரக்கம் இல்லாமல் கொன்று குவித்த முசோலினிக்கு மனைவி தன் மீது பரிவு காட்டியபோது மனம் உருகியது, கண்களில் கண்ணீர் வழிந்தது.

அவர் தன்னை விட்டுவிடுமாறு கெஞ்சினார், புரட்சிப் படையினர் அவரை அடித்து தரையில் முட்டிபோட்டு மண்டியிடச் செய்தனர்.

அவரை இங்கேயே சுட்டுவிடலாமா? அல்லது வேறு எங்காவது கொண்டு சென்று தீர்த்துக் கட்டலாமா என்று இளைஞர்கள் அவரது எதிரிலேயே விவாதம் செய்தனர்.

நான் ஒரு பெண் கருணை காட்டக்கூடாதா என்று ஒரு இளைஞனின் கால்களை பிடித்துக் கொண்டு கதறினார் க்ளாரா.

என் இருபது வயது தங்கையை கருஞ்சட்டை ராணுவத்தினர் பலபேர் முன்னால் மானபங்கம் செய்து கொன்றார்களே அதை ஏன் தடுக்கவில்லை. அப்போதும் நீ பெண்ணாகத்தானே இருந்தாய் என்று கத்தினான் அவன்.

லிபியாவில் எனது குடும்பத்தினரை அறைக்குள் அடைத்து விஷவாயு திறந்து விட்டு கொன்றானே இந்தப் பாவி. அதற்குப் பழிவாங்காமல் விடமாட்டேன் என்று ஆத்திரத்தோடு கத்திய ஒரு இளைஞன் தனது துப்பாக்கியை சரேல் என்று எடுத்து முசோலினியின் நெற்றியில் வைத்தான்.

அவர்களுக்குள் ஏதோ பேசிக் கொண்டனர். பிறகு முசோலினியுடன் வந்த அனைவரையும் அதே வண்டியில் ஏற்றிக் கொண்டு வேறு இடத்திற்குச் சென்றனர். அங்கே ஒரு தனியான வீட்டில் அவர்கள் அடைக்கப்பட்டனர். வீட்டைச் சுற்றி பலத்த காவல் போடப் பட்டது.

இறந்த பிறகும் தண்டனை

மறுநாள் ஏப்ரல் மாதம் 28ம் நாள், முசோலினி மற்றும் ஆதரவாளர்கள் அனைவரும் அருகில் இருந்த ஒரு கிராமத்திற்கு கொண்டு வரப்பட்டனர்.

கீழே இறங்கு என்று கத்தினான் ஒருவன்.

வண்டியில் இருந்து முசோலினி கீழே இறங்கினார்.

தொடர்ந்து க்ளாராவும்.

இருவரும் தரையில் மண்டிபோட்டு உட்காருங்கள்.

அவர் தனது பருத்த உடலை முட்டிகளில் தாங்கிக் கொண்டு உட்காருவதற்கு சிரமப்பட்டார்.

கைகளை தலைக்குமேல் வை.

முதுகில் ஒருவன் எட்டி உதைத்தான்.

இந்தப் பக்கம் திரும்பு.

என்ன பார்க்கிறாய்? என்று ஏதேதோ கட்டளைகள், கோபமொழிகள்.

முசோலினியின் கண்களில் மரணபயம் பூரணமாகத் தெரிந்தது. ஆயிரக்கணக்கான மக்களின் உயிரை அலட்சியமாக பறித்தெடுத்த கொடுங்கோலனுக்கு அப்போது தான் தனக்கும் உயிர் இருக்கிறது என்ற ஞானம் ஏற்பட்டதோ?

இரண்டு பேர் அவர்களை நோக்கி துப்பாக்கியை நீட்டியபடி இருந்தனர்.

இருபது வருடமாக தான் செய்த கொலைகள், துரோகங்கள், சித்ரவதைகள் ஆகிய எல்லாம் இப்போது புரட்சிக்குழுவின் இளைஞர்களாக உருவெடுத்து தன் முன்னே நிற்பது போல உணர்ந்தார் முசோலினி.

வால்டர் அடிசியோ என்ற புரட்சிவீரன் முன்னால் வந்தான் அவன் கையில் துப்பாக்கி.

தனது இறுதி முடிவு நெருங்கிவிட்டதை முசோலினி உணர்ந்து கொண்டார்.

வேணு சீனிவாசன்

க்ளாரா பாய்ந்து சென்று முசோலினியை கட்டிப் பிடித்துக் கொண்டு அவரை சுடாதீர்கள் என்று உரத்த குரலில் அலறினாள்.

இரண்டு இளைஞர்கள் அவளை முசோலினியிடம் இருந்து பிரித்து தள்ளினார்கள்.

இவளை தீர்த்துக் கட்டுங்க என்றான் ஒருவன்.

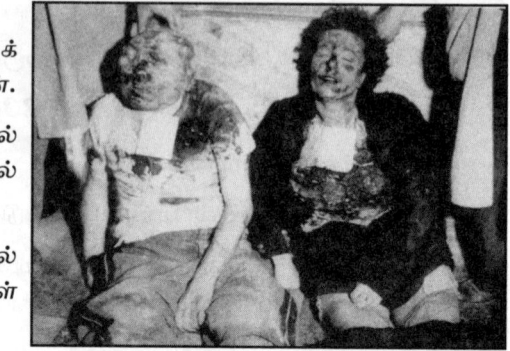

அடுத்த நொடியில் க்ளாராவின் மார்பில் குண்டு பாய்ந்தது.

அவள் மண்ணில் சாய்ந்தாள். கண்கள் திறந்திருந்தன.

அடுத்ததாக முசோலினியின் நெஞ்சில் சுட்டனர்.

மார்பில் இருந்து ரத்தம் கொப்புளிக்க அவர் தரையில் சாய்ந்தார்.

உயிர் இருந்தது, அருகே வந்த மற்றொருவன் வெறுப்போடு பல குண்டுகளை அவர் மார்பில் பாய்ச்சினான்.

அவருடன் இருந்த அத்தனை பேரும் ஒருவர் பாக்கியில்லாமல் சுட்டுக் கொல்லப்பட்டனர்.

இப்படியாக முசோலினியின் சர்வாதிகார சகாப்தம் முடிவுக்கு வந்தது.

ஆனால் ஆத்திரம் அடங்காத மக்கள் முசோலினி மற்றும் க்ளாரா ஆகியோரது உயிரற்ற உடல்களை தரையில் இழுத்து வந்து கற்களை வீசினர்.

சிலர் காறி உமிழ்ந்தனர்.

வேறு சிலர் கைக்கு கிடைத்த பொருட்களினால் கோபத்தோடு அடித்தனர்.

ஆத்திரம் அடங்காத சிலர் முசோலினியின் இறந்த உடல் மீது சிறுநீர் கழித்து அவமானப்படுத்தி பழிதீர்த்துக் கொண்டனர்.

இத்தனையும் போதாது என்று அவர்களுடைய உடல்களை இழுத்து வந்து எஸ்ஸோ எரிவாயு நிலையத்தின் மேற்கூரையில் தலைகீழாகக்கட்டி தொங்கவிட்டு காட்சிக்கு வைத்தனர்.

தலைகீழாகத் தொங்கவிட்டதால் க்ளாராவின் ஆடை சரிந்து அவளது தொடைகளும் உள்ளாடைகளும் தெரிந்தன.

கூட்டத்தில் இருந்த யாரோ ஒரு நல்லவன் மேலே ஏறி, அவளது ஆடைகளை சரிசெய்து மானத்தை காப்பாற்றினான்.

உயிரோடு இருந்த மக்களை ஆடுமாடுகளைப் போல சிறையில் அடைத்து, விஷவாயுவைத்திறந்து விட்டு கொலைசெய்த கொடுங்கோலனின் மனைவி அவள். உயிர் போய்விட்ட க்ளாராவின் உடலுக்கு மரியாதை தர நினைத்து மானத்தைக் காப்பாற்றிய அந்த மனிதனின் செயல் போற்றத்தக்கது.

அவர்கள் மனித இதயமே இல்லாமல் மக்களிடம் நடந்து கொண்ட போதிலும் அந்த பெயர் தெரியாத மனிதன் இந்த செய்கையின் மூலமாக இமயம் போல உயர்ந்து நிற்கிறான்.

சில மணிநேரங்களுக்குப் பிறகு அவர்களது உடல்கள் கீழே இறக்கப்பட்டு யாருக்கும் தெரியாத இடத்தில் புதைக்கப்பட்டு அடையாளம் தெரியாமல் மறைக்கப்பட்டது.

இவ்வாறாக முசோலினியின் சர்வாதிகார சரித்திரம் முடிவுக்கு வந்து விட்டது. அவரது வாழ்வு முடிந்து விட்டதே தவிர அவர் ஆரம்பித்து வைத்த பாசிசக் கொள்கை இன்றும் ஏதோ ஒரு வடிவத்தில் உயிர் வாழ்ந்து கொண்டு தான் இருக்கிறது.

ஒரு காலத்தில் இந்தியர்களாகிய நாம் ஆங்கிலேயருக்கு அடிமைப் பட்டிருந்தோம். காந்தி மகாத்மா சுதந்திரம் பெற்றுத் தந்தார். ஆங்கிலேயரிடமிருந்து விடுதலை பெற்று விட்டோம். ஆனாலும் இன்று வரையில் நாம் ஆங்கிலத்திற்கு அடிமைகளாகத்தான் வாழ்ந்து வருகிறோம். அதுபோல அன்று முசோலினி என்ற சர்வாதிகாரி மக்களை நடுங்க வைத்தார். ஆனால் இன்று அவரது பாசிசம் எல்லா நாடுகளிலும் கண்ணுக்குத் தெரியாமல் நின்று எழுதாத சட்டமாக மாறி மக்களை கொன்று குவித்துக் கொண்டு தான் இருக்கிறது.

24

வாழ்க்கைக் குறிப்புக்கள்

1883   பெனிட்டோ முசோலினி பிறந்தார்.

1901   பள்ளிப் படிப்பை நிறைவு செய்தார்.

1903   போராட்டத்தில் கலந்து கொண்டு முதன்முறையாக சிறை சென்றார்.

1904   கட்டாய ராணுவ சேவைக்காக இத்தாலிய ராணுவத்தில் சேர்ந்து கொண்டார்.

1912   அவந்தி பத்திரிகையின் பதிப்பாசிரியர் ஆனார்.

1913   சோஷலிஸ்டு கட்சியில் இருந்து வெளியேற்றப்பட்டார்.

1914   முதல் உலகப் போரில் இத்தாலி பங்கேற்பது கூடாது என்று முதலில் பிரச்சாரம் செய்தார். பிறகு தனது கருத்தை மாற்றிக் கொண்டு பங்கேற்பதை ஆதரித்து பத்திரிகையில் எழுதினார்.

1919   இத்தாலியன் பாசிஸ்டு ஆப் கோம்பட் என்ற கட்சி ஆரம்பித்தார்.

1921   மற்ற கட்சிகளுடன் இணைந்து நேஷனல் பாசிஸ்டு பார்ட்டியைத் தொடங்கினார்.

1922	ரோமை நோக்கி ஒரு பயணம். இத்தாலியின் நாற்பதாவது பிரதமரானார்.
1924	மெடியோட்டியின் மரணம்.
1925	இத்தாலியின் சான்சலராக தன்னை அவரே அறிவித்துக் கொண்டார்.
1925-26	பாசிஸ்டு கட்சியைத் தவிர மற்ற கட்சிகள் முடக்கப் பட்டன. பத்திரிகைகளுக்கு வாய்ப்பூட்டு.
1927	மக்கள் தொகையை அதிகரிக்க முயற்சிகள் மேற்கொண்டார்.
1929	வாடிகனுடன் லெட்டரன் ஒப்பந்தம்.
1934	முசோலினியும் ஹிட்லரும் முதன்முதலாக சந்தித்தனர்.
1935-36	எத்தியோப்பியா மீது படையெடுத்து ஆக்கிரமித்தார்.
1938	முசோலினியின் ஆர்வத்தினால் ஜெர்மனி- ஆஸ்திரியா இணைந்தது.
1940	இரண்டாவது உலகப் போரில் இத்தாலி நுழைந்தது.
1943	முசோலினி கைது செய்யப்பட்டு சிறையில் அடைக்கப் பட்டார். ஹிட்லரால் மீட்கப்பட்டார்.
1945	இத்தாலியப் புரட்சிக்குழுவால் சுட்டுக் கொல்லப்பட்டார்.

குறிப்புகளுக்காக...